પ્રશ્નસંગ્રહ - ૧

રોનકકુમાર આર. પરમાર

(MA, M.Phil., B.Ed. , Ph.D.)

Publish World

2014

Price : Rs. 400

First Edition : 2014

Date of Publication : 19 December , 2014

ISBN : 978-0-9939092-2-1

Published & Printed by
Publish World
10, Toran Bunglows, Near Nandbhumi,
A. V. Road, Anand – 388001
Gujarat (India)
http://www.publishworld.org
Email : pwisbn@gmail.com

નિવેદન

આજના આ સ્પર્ધાત્મક યુગમાં જયારે વિધાર્થીઓ વિવિધ પરીક્ષાઓની તૈયારી કરી રહ્યા છે ત્યારે TET અને TAT તેમજ GSET જેવી પરીક્ષાઓની તૈયારીના ભાગરુપે આ લઘુપુસ્તીકામાં મનોવિજ્ઞાનના વિષયને ધ્યાનમાં રાખીને વિધાર્થીઓ અમુક પ્રશ્નોની સંકલ્પના તેમજ તેના અર્થને સમજી શકે તે આશયથી અભ્યાસકો માટે આ પ્રશ્ન પુસ્તીકા તેના ઉત્તર સાથે રજૂ કરેલી છે. ભાગ- ૧ ની સફળતા બાદ અહી સુસંકલિત કરેલી રચનાઓને મનોવિજ્ઞાનના જિજ્ઞાસુ વિધાર્થીઓ સમક્ષ ગુજરાતી ભાષામાં મૂકવાનો આ એક નમ્ર પ્રયાસ માત્ર છે.

મનોવિજ્ઞાનની આ પ્રશ્નબેંક તૈયાર કરવામાં જેમનો મને આર્થિક સહયોગ પ્રાપ્ત થયો છે તેવા મારા માતા-પિતા અને હરહંમેશ જેઓની મને પ્રેરણા મળી છે તેવા મારા ભાઈ-બહેન અને આ તબક્કે સવિશેષ પ્રેરક બની રહેનાર ડો. અશોક એન. પ્રજાપતિ (ચિલ્ડ્રન યુનિવર્સિટી) અને શ્રી પરિક્ષીત ડી. બારોટનો હું હદય પુર્વક આભાર માનુ છું, આશા છે તમામ અભ્યાસુઓને આ પુસ્તક પસંદ પડશે અને કાંઈક સુચન હશે તો તેની પણ આપ નોંધ કરશો.

- ડો. રોનકકુમાર રાજુભાઈ પરમાર
(M.Phil., B.Ed., PGDCP, Ph. D.)

પ્રશ્નસંગ્રહ - ૧

૧. STM નુ આખુ નામ શુ છે?

જવાબ : Short Term Memory (ટુંકા ગાળાની સ્મૃતી)

૨. કઈ પધ્ધતી સ્મરણ સુધારણા પ્રયુક્તિ છે?

જવાબ : સ્થળ સાહચર્ય

૩. યાદી ક શીખ્યા પછી યાદી ખ નું શિક્ષણ આપવું એ નીચેના પૈકી કયો અવરોધ જણાવે છે?

જવાબ : પુર્વવર્તી

૪. પારીભાષીક શબ્દો ક્રમમાં યાદ રાખવા કઈ પધ્ધતીનો ઉપયોગ થઈ શકે છે?

જવાબ : સ્થળ સાહચર્ય

૫. સ્મૃતી માપન ની કેટલી પધ્ધતી છે?

જવાબ : બે

૬. લાંબા ગાળાની સ્મૃતી નું વર્ગીકરણ કયા મનોવૈજ્ઞાનીકે કર્યુ ?

જવાબ : તુલ્વિંગ

૭. કઈ સ્મૃતી માં અનુભવોની આત્મક્રિયાત્મક હકીકતોનો સમાવેશ થાય છે?

જવાબ : ઘટનાત્મક

૮. ગણીતના નીયમો, ગણીતનાં સુત્રો વગેરે યાદ રાખવાની સ્મૃતીઓ કયા પ્રકાર ની છે?

જવાબ : અર્થાત્મક

૯. કોઈ પણ કૈાશલ્યપુર્ણ કાર્ય કઈ રીતે કરવુ તે કયા પ્રકાર ની સ્મૃતી છે?

જવાબ : રીતીલક્ષી

૧૦. કઈ પધ્ધતી માં પહેલાં શીખેલી માહીતીને ફરીથી બોલીને કે લખીને રજુ કરવાની હોય છે?

જવાબ : પુનરાવહન

૧૧. લાંબા ગાળાની સ્મૃતી ના પ્રકારો કયા કયા છે?

જવાબ : ત્રણ પ્રકારો છેઃ ૧) રીતીલક્ષી સ્મૃતી ૨)અર્થાત્મક સ્મૃતી ૩)ઘટનાત્મક સ્મૃતી

૧૨. સાયકલ ચલાવવી, ટેબલ ટેનીસ રમવુ , તરવુ વગેરે કઈ સ્મૃતીના ઉદાહરણ છે?

જવાબ : રીતીલક્ષી સ્મૃતી

૧૩. સ્મૃતી માપનની બે પધ્ધતીઓ કઈ કઈ છે?

જવાબ : ૧) પ્રગટ સ્મૃતી માપન ૨) અપ્રગટ સ્મૃતી માપન

૧૪. પ્રગટ સ્મૃતી માપન ની બે પધ્ધતી ઓ કઈ કઈ છે?

જવાબ : ૧) પુનરાવહન પધ્ધતી ૨) પ્રત્યભિજ્ઞા પધ્ધતી

૧૫. અપ્રગટ સ્મૃતી માપન ની બે પધ્ધતી ઓ કઈ કઈ છે?

જવાબ : ૧)શબ્દપુર્તી અને ૨) આવશ્યક વીગતોનુ પુનરાવર્તન

૧૬. વીસ્મરણના નિર્ધારકો કયા કયા છે?

જવાબ : ૧) સંકેતાંકનની નીષ્ફળતા ૨) સંગ્રહની નીષ્ફળતા અને ૩) પુનઃપ્રાપ્તીની નીષ્ફળતા

૧૭. સ્મૃતી અવરોધ કયા બે પ્રકારે થાય છે?

જવાબ : ૧) પુર્વવર્તી અવરોધ અને ૨) અનુવર્તી અવરોધ

૧૮. સ્મૃતી ભ્રંશના પ્રકારો કેટલા છે? કયા કયા?

જવાબ : ચાર ૧) ક્ષણિક સ્મૃતીભ્રંશ ૨) આવયવીક સ્મૃતીભ્રંશ ૩) આઘાતપુર્વ ની ઘટનાઓનો સ્મૃતીભ્રંશ અને આઘાતોતર ઘટનાઓનો સ્મૃતીભ્રંશ

૧૯. સ્મરણ સુધારણા પ્રયુકતિઓ કઈ કઈ છે?

જવાબ : ચાર ૧) કલ્પનાનો ઉપયોગ ૨) સ્થળ સાહચર્ય પધ્ધતી ૩) સંગઠનાત્મક પ્રયુકતિ અને ૪) પ્રથમ અક્ષર પ્રયુકતિ

૨૦. સાંવેદનીક નીવેશ ગ્રહણ કરવાની અને તેને સાચવી શકાય તેવા ચેતાકીય સંકેત માં રૂપાંતર કરવાની પ્રક્રીયા ને શું કહેવાય?

જવાબ : સંકેતાંકન

૨૧. સંગ્રહ કે સંચય એટલે શું?

જવાબ : સંકેતાંકીત માહીતી ને સ્મૃતી માં સાચવી રાખવા ની પ્રક્રીયા.

૨૨. સંગ્રહીત થયેલી સંકેતાંકીત માહીતી ને જરુર પડે ફરીથી પ્રાપ્ત કરવાની પ્રક્રીયા ને શું કહે છે?

જવાબ : પુનઃપ્રાપ્તી

૨૩. રીતીલક્ષી સ્મૃતી એટલે શું?

જવાબ : કોઈપણ કૈાશલ્યપૂર્ણ કાર્ય કઈ રીતે કરવુ તેની સ્મૃતી ને રીતીલક્ષી સ્મૃતી કહે છે.

૨૪. સ્મૃતી ભ્રંશ એટલે શું?

જવાબ : સ્મૃતી નો આશિંક અથવા સંપૂર્ણ નાશ

૨૫. પ્રત્યભિજ્ઞા નો અર્થ શું થાય છે?

જવાબ : ઓળખ

૨૬. માહીતીના સંચય ની કે પુનઃપ્રાપ્તી ની નીષ્ફળતા ને શું કહે છે?

જવાબ : વીસ્મરણ

૨૭. 'LOCI' નો અર્થ શું થાય છે?

જવાબ : 'LOCI' એટલે સ્થળ

૨૮. PQRST પધ્ધતી કોણે વીકસાવી છે?

જવાબ : થોમસ અને રોબીન્સ

૨૯. બોધન એટલે શું?

જવાબ : બોધન એટલે ભણવાની ક્રીયા

૩૦. ઉકેલ માટે જરુરી પ્રક્રીયા નાં બધા સંયોજનો ની અજમાયશ ધ્વારા ઉકેલ શોધવાના વ્યુહ ને શું કહેવાય?

જવાબ : એલ્ગોરીધમ

૩૧. અનુભવ આધારીત યુકતીઓ વડે ઉકેલ શોધવાના વ્યુહ ને શું કહેવાય?

જવાબ : હ્યુરિસ્ટિક્સ

૩૨. પીળી બતી થાય તો ડાબી ચાંપ દાબવાની, ભૂરી બતી થાય તો જમણી ચાંપ દાબવાની આ કાર્ય માં મપાતો પ્રતિક્રિયા સમય ને શું કહેવાય?

જવાબ : જટીલ 'B' પ્રકાર નો

૩૩. કોને વીચારણા ના બાંધકામમાં વપરાતી ઈંટો કહે છે?

જવાબ : વિભાવનાઓને

૩૪. મોટે ભાગે વૈજ્ઞાનિક તર્કો કેવાં હોય છે?

જવાબ : વ્યાપ્તિ પ્રકારના

૩૫. નિર્ણયન પ્રક્રિયા એ વિકલ્પો માંથી પસંદગી કરવાની કેવી ક્રીયા છે?

જવાબ : બોધાત્મક

૩૬. દીવાસ્વપ્નોમાં અને રાતે ઊંઘમાં આવતાં સ્વપ્નો માં શું ઉદભવે છે?

જવાબ : કલ્પનાઓ

૩૭. કોના ઉપર સંમોહનની જડપી અસર થાય છે?

જવાબ : કલ્પનાશીલ વ્યકિત

૩૮. નવીન, મૈાલીક અને યોગ્ય કૃતી નુ નીર્માણ કરવાની બોધાત્મક ક્રીયાને શું કહે છે?

જવાબ : સર્જનાત્મક વિચારણા

૩૯. હોસ્પિટલ ના બિછાને દર્દી ની હાલત બગડવા માંડી હોય ત્યારે ડોકટરને બોલાવવા અમુક બટન દબાવી ડોકટરના રુમમાં ઘંટડી વગાડવી એ કઈ પ્રક્રીયા છે?

જવાબ : ઉપયોગ

૪૦. બાર શબ્દો ના વાકય ને ટેલિગ્રાફ કે એસએમએસ ધ્વારા મોકલવા માટે ત્રણ-ચાર શબ્દોમાં તૈયાર કરવામાં આવે તે કઈ પ્રક્રીયા છે?

જવાબ : લઘુકરણ

૪૧. ડોકટર જયંત, દર્દી જયા ની નાડી તપાસતા હોય તે જોઈને જયંતે જયાનો હાથ પકડયો કે લાજ લેવાનો પ્રયત્ન કર્યો એ રજુઆત કઈ પ્રક્રીયા છે?

જવાબ : વીકૃતીકરણ

૪૨. કયા મનોવૈજ્ઞાનિકે પસંદગીની પ્રતીક્રીયા ના તબક્કા દર્શાવ્યા છે?

જવાબ : સ્મિથ

૪૩. કયા ડચ વૈજ્ઞાનીકે ત્રણ જાત ના પ્રતીક્રીયા સમય ના પ્રકારો દર્શાવ્યા છે?

જવાબ : ડોન્ડર્સ

૪૪. જન્મ, લગ્ન, વર્ષગાંઠ વગેરે કયા પ્રકાર ની વિભાવ ના છે?

જવાબ : પ્રસંગ ની

૪૫. ચીમ્પાનઝી ઓ પર સમસ્યા ઉકેલ ના પ્રયોગો કોણે કર્યા હતા?

જવાબ : કોહલર

૪૬. દોરીઓ ગાઠવા નો પ્રયોગ કયા મનોવૈજ્ઞાનીકે કર્યો હતો?

જવાબ : બર્ચ

૪૭. માનસીક પ્રક્રીયા અંગે પ્રતીક્રીયા સમયનું માપન કોણે કર્યુ છે?

જવાબ : ડોન્ડર્સ

૪૮. બોધાત્મક વ્યાપારો ના અભ્યાસ ને નવી દીશા કોણે દર્શાવી?

જવાબ : ચોમસ્કી

૪૯. માનસીક ક્રિયાના પ્રકારો કેટલા હોય છે?

જવાબ : ત્રણ, ૧)બોધાત્મક ૨) ભાવાત્મક અને ૩) ચેષ્ટાત્મક

૫૦. તર્ક ક્રિયાના પ્રકારો કેટલા છે? કયા કયા?

જવાબ : બે ૧)નીગમન તર્ક અને ૨) વ્યપ્તિ તર્ક

૫૧. સમસ્યા ઉકેલના ત્રણ તબક્કાઓ કયા છે?

જવાબ : ૧)નીદાન ૨) ઉકેલોનું સર્જન ૩)મુલ્યાંકન તથા ૪) લક્ષ્ય પ્રાપ્તિ

૫૨. પ્રત્યક્ષીકરણ, શિક્ષણ, સ્મરણ, વિચારણા એ વિભાવનાનો પ્રકાર જણાવો.

જવાબ : તે માહીતી પ્રક્રીયા કરણનાં પરિણામો છે.

૫૩. કમ્પ્યુટર ને ચેસ રમાડવાની કે તેના વડે પ્રતીકાત્મક તર્કમાં અનુજ્ઞાનો કરવા માટેની પ્રક્રીયા ઓ વિકસાવી છે?

જવાબ : ન્યુવેલ અને સાઈમને

૫૪. બોધાત્મક વ્યાપારો ઉપર કોણ અંકુશ રાખે છે?

જવાબ : મગજ નાં ઉચ્ચ કેન્દ્રો અને મષ્તિષ્કછાલ

૫૫. શામાં ધ્યાન ને મનની અંદર તરફ કેન્દ્રીત કરવામાં આવે છે?

જવાબ : અંતર્નિરીક્ષણ

૫૬. માણસને પોતાના બોધાત્મક વ્યાપારોનું સતત ભાન થતુ રહે છે તેને શું કહેવામાં આવે છે?

જવાબ : પરાબોધન

૫૭. કોના મત મુજબ વિચારણા એ આંતરિક વાચા છે?

જવાબ : વોટસનના

૫૮. અનુભવ આધારીત યુકતીઓ વડે ઉકેલ શોધવાનો વ્યુહ કયો છે?

જવાબ : હયુરિસ્ટિકસ

૫૯. કઈ વિભાવના માં અચળ કે સાર્વત્રિક તત્વો હોતા નથી?

જવાબ : કુદરતી વર્ગોની

૬૦. ધ્યેયલક્ષી બૈાધિક પ્રક્રીયા કઈ છે?

જવાબ : તર્કક્રિયા

૬૧. ઈચ્છાપૂરક કલ્પના એટલે શું?

જવાબ : આત્મકેન્દ્રી અને ઈચ્છાપૂરક ખ્યાલોના પ્રભુત્વવાળા માનસિક તરંગો કરવા તેને ઈચ્છપૂરક કલ્પના કહેવાય.

૬૨. EEG નું ફુલ ફોર્મ આપો?

જવાબ : ELECTROENCEPHALOGRAM

૬૩. ERP નું ફુલ ફોર્મ આપો.

જવાબ : Event Related Pontential

૬૪. મગજમાં ઉપજતા મોજાની ઝડપ અને ઊંચાઈ શાના દ્વારા નોંધવામાં આવે છે?

જવાબ : વિદ્યુત મસ્તિષ્ક આલેખ 5-EEG દ્વારા

૬૫. "જ્યારે કોઈ માણસ અત્યારની દેખીતી પરિસ્થિતિથી આગળ જઈને શોધખોળ કરે, તેમજ પહેલાં રચેલી વિભાવનાઓ અને સ્મૃતીઓનો ઉપયોગ કરે ત્યારે તે વિચાર કરે છે તેમ કહેવાય" આ વ્યાખ્યા કોણે આપી છે?

જવાબ : વૂડવર્થ અને સ્લોબર્ગ

૬૬. કોના મત મુજબ વિચારણા એટલે 'માનવવર્તન માંથી અનુમાન કરીને મેળવેલી માહીતી નું માનસિક પ્રતિમાઓ અને વિભાવનાઓના રુપમાં હસ્તોપયોજન કરવાની માનસિક ક્રિયા'.

જવાબ : ડેવીસ

૬૭. "વિચારણા એવી બોધાત્મક પ્રક્રીયા છે, જેમાં વસ્તુઓ અને ઘટના ઓનું નિરુપણ કરતાં પ્રતીકોનો ઉપયોગ થતો હોય છે." આ વ્યાખ્યા કોણે આપી છે?

જવાબ : હિલગાર્ડ અને એટકિન્સન

૬૮. વિચારણામાં શાનો ઉપયોગ થાય છે?

જવાબ : પ્રતિકોનો

૬૯. વિચારણા કેવી હોય છે?

જવાબ : ખાનગી

૭૦. વિચારણા ને ભાષા અને બીજા કોની સાથે સંબંધ છે?

જવાબ : પ્રત્યાયન

૭૧. વિભાવના માણસે રચેલો કેવો ખ્યાલ છે?

જવાબ : અમૂર્ત (નક્કર નહી એવો)

૭૨. વિભાવના શાના વડે દર્શાવવામાં આવે છે?

જવાબ : વિશિષ્ટ શબ્દ કે પ્રતીક

૭૩. વિભાવનાઓ આપણી બોધાત્મક ક્રિયાઓને કરળ બનાવે છે. આ વાકય સાચું છે કે ખોટું?

જવાબ : સાચું

૭૪. એવી કઈ સમસ્યા છે જેને બૌધ્ધ સાધુઓ હજુ સુધી ઉકેલી શકયા નથી?

જવાબ : હેનોઈના મિનારાની સમસ્યા

૭૫. હેનોઈના મિનારાની સમસ્યા કયા આવેલી છે?

જવાબ : વિયેતનામના હેનોઈ શહેર માં

૭૬. હેનોઈના મિનારાની સમસ્યા બિજા કયા નામે ઓળખાય છે?

જવાબ : મેકડૂગલનો પિરામિડ

૭૭. સમસ્યા એટલે શું?

જવાબ : સમસ્યા એટલે એવી પરિસ્થિતિ જેમાં વ્યકતિની પ્રવૃતી નું કોઈ લક્ષ્ય હોય છે. પણ ત્યાં સુધી પહોંચવાનો સ્પષ્ટ કે જાણીતો માર્ગ તૈયાર હોતો નથી. પણ વ્યકતી પ્રયત્ન પુર્વક શોધવો પડે છે.

૭૮. કોઈ વિશિષ્ટ પ્રશ્ન કે મુશ્કેલીનો ઉપાય કરવાની કે નિવેડો લાવવાની દિશામાં થતી વિચારણાનો અને તેના અમલની પ્રક્રીયાને શું કહે છે?

જવાબ : સમસ્યા ઉકેલ

૭૯. પ્રાપ્ત માહિતી ને આધારે વસ્તુઓ, વ્યકતીઓ, પરિસ્થિતિઓ કે ઘટનાઓ વિશે અભિપ્રાયો બાંધવાની, નિષ્કર્ષો તારવવાની કે સમીક્ષાત્મક મૂલ્યાંકનો કરવાની ક્રિયા ને શું કહે છે?

જવાબ : નિર્ધારણ

૮૦. માણસો માટેની સમસ્યા પેટી કોણે વિકસાવી હતી?

જવાબ : હિલી એ

૮૧. કોણે વિચાર સર્જન ની પ્રવિધિ વિકસાવી હતી?

જવાબ : ઓસબોર્ન

૮૨. સંવેદન માહિતી ની સીધી મદદ લીધા વિના વસ્તુઓને કે ઘટનાઓને મનમાં સર્જવાની બોધાત્મક ક્રિયા એટલે શુ?

જવાબ : કલ્પના

૮૩. કલ્પનાનાં બે સ્વરૂપો કયાં છે?

જવાબ : ૧) વાસ્તવિક અને ૨) ઈચ્છાપૂરક

૮૪. કોના મતે સર્જનાત્મક વિચારણા એટલે નવિન તેમજ યોગ્ય (પરિસ્થિતિ માં બંધબેસતી અસરકારક) કૃતીનું નિર્માણ કરવાની શકતી ?

જવાબ : ડેવીસ

૮૫. કોણે મુલાકાત, પ્રશ્નાવલી અને સંસ્મરણોની નોંધ વડે જાણીતા સર્જકો ની વિચારણા ના તબકકા તપાસ્યા?

જવાબ : વોલીસે

૮૬. ઉદીપકની રજુઆત થી પ્રતીક્રીયા શરુ કરવા સુધીમાં પસાર થયેલા સમય ને શું કહે છે?

જવાબ : પ્રતીક્રીયા સમય

૮૭. એક વ્યાપક આધાર વિધાન પરથી કેટલાક અથવા એનાથી ઓછા વ્યાપક કે વિશિષ્ટ ફલિત વિધાન તારવવામાં આવે તેને શું કહે છે?

જવાબ : નિગમન તર્ક

૮૮. એક કરતાં વધારે વિશિષ્ટ આધાર વિધાન પરથી સામાન્યીકરણ કરીને સામાન્ય નિષ્કર્ષ તારવવામાં આવે તેને શું કહે છે?

જવાબ : વ્યાપ્તી તર્ક

૮૯. સર્જનાત્મક વિચારણા નાં સોપાનો કયા છે?

જવાબ : ૧) તૈયારી ૨) સેવન ૩) વિચાર નો ઝબકાર ૪) મૂલ્યાંકન અને પુનર્નિરીક્ષણ

૯૦. ભાષા એટલે શું?

જવાબ : ભાષા એ અન્યોન્ય સાથે પ્રત્યાયન કરવામાં વપરાતા પ્રતીકોનું માનવસર્જિત નિયમબધ્ધ ગતિશિલ અને સર્જનાત્મક તંત્ર છે.

૯૧. ભાષા નું મુખ્થ કાર્ય કયુ છે?

જવાબ : પ્રત્યાયન (સંદેશવહન) કરવાનુ

૯૨. પ્રતીકોનું સુવ્યવસ્થિત તંત્ર કોને ગણવામાં આવે છે?

જવાબ : ભાષા ને

૯૩. વાણીના લઘુતમ એકમ ને શું કહે છે?

જવાબ : ધ્વની એકમ

૯૪. ભાષા ના નાનામાં નાના અર્થપૂર્ણ એકમને શું કહે છે?

જવાબ : મોર્ફીન

૯૫. સ્વીકારી શકાય એવાં શબ્દસમૂહો કે વાકયો રચવાના નિયમોને શું કહેવામાં આવે છે?

જવાબ : શબ્દ સંયોજન

૯૬. બીજી વિવિધ વ્યકતીઓ સાથેની આંતરક્રીયામાં ભાષાનો અસરકારક ઉપયોગ કરવા માટે કયા સંદર્ભને ધ્યાન માં લેવો પડે છે?

જવાબ : સામાજિક સંદર્ભ

૯૭. કોના મત મુજબ માનવને ભાષા સહજ રીતે પ્રાપ્ત થાય છે?

જવાબ : ચોમસ્કી

૯૮. કોના મત મુજબ ભાષા ની પ્રાપ્તિ વાતાવરણમાં આંતરક્રીયા કરવાથી થાય છે?

જવાબ : સ્કિનર

૯૯. ઘોંઘાટ ને કારણે વાકય અધૂરુ સાંભળવા છતા, શ્રોતાને લાગે કે મેં આખુ વાકય સાંભળ્યુ છે એને કેવે અસર કહે છે?

જવાબ : ધ્વની એકમના પુનઃસ્થાપનની

૧૦૦. સંદેશો મોકલનારને પ્રેષક કહે છે તો સંદેશો ઝીલનારને શું કહે છે?

જવાબ : ગ્રાહક

૧૦૧. સંદેશાનાં પ્રતીકો નું રુપાંતર ફરીથી મૂળ અર્થમાં કરવાની કીયાને શું કહે છે?

જવાબ : વિસંકેતન

૧૦૨. ચહેરાના હાવભાવો ને કેવુ પ્રતયાચન કહેવાય છે?

જવાબ : અશાબ્દિક

૧૦૩. શાબ્દિક-અશાબ્દિક સંકેતો સુસંગત ન હોય તો પ્રત્યાયન કેવું થાય?

જવાબ : અસ્પષ્ટ અને ગુંચન્વાડા ભર્યુ

૧૦૪. સામી વ્યકતી ને બદલે છત તરફ કે બારીની બહાર જોવુ એ શું સુચવે છે?

જવાબ : નીરસતા કે ઉપેક્ષા

૧૦૫. ભાષા ના ઉપયોગ ના માનસિક પાસાનો અભ્યાસ કરતા વિજ્ઞાનને શું કહે છે?

જવાબ : મનોભાષાશાસ્ત્ર

૧૦૬. શબ્દો અને વાકયો ના માનસિક પાસાનો અભ્યાસ કરતા વિજ્ઞાન ને શું કહે છે?

જવાબ : શબ્દાર્થશાસ્ત્ર

૧૦૭. ભાષા ઈશ્વરે સર્જેલી છે. સત્ય કે અસત્ય

જવાબ : અસત્ય

૧૦૮. ભાષાઓ માં સમાનતા હોતી નથી. સત્ય કે અસત્ય

જવાબ : અસત્ય

૧૦૯. અર્થ સમજતો માણસ તદન નિષ્કિય હોય છે. સત્ય કે અસત્ય

જવાબ : અસત્ય

૧૧૦. પ્રત્યાયની સફળતા માટે પ્રતીભાવ કે પ્રતિપુષ્ટી નું મહત્વ નથી. સત્ય કે અસત્ય

જવાબ : અસત્ય

૧૧૧. ભારતીય ભાષાઓ માં મૂળભૂત કેટલા સ્વરો છે?

જવાબ : ૧૨

૧૧૨. અંગ્રેજી ભાષા માં કેટલા ધ્વની એકમો હોવાનો અંદાજ છે?

જવાબ : ૩૬ થી ૪૦

૧૧૩. ભારતીય ભાષાઓમાં કેટલા વ્યંજનોના અલગ અલગ ધ્વની ઓ છે?

જવાબ : ૩૪

૧૧૪. ભાષા ના સામર્થ્ય નો અભ્યાસ કયા શાસ્ત્ર માં કરવા માં આવે છે?

જવાબ : ભાષાશાસ્ત્ર

૧૧૫. ભાષાના કર્તૃત્વ નો અભ્યાસ શેમાં કરવા માં આવે છે?

જવાબ : મનોવિજ્ઞાન

૧૧૬. પ્રત્યાયનના પ્રતિમાન માં કેટલાં તબકકા ગણાવ્યા છે?

જવાબ : સાત

૧૧૭. સંદેશાવહનના માધ્યમને શું કહે છે?

જવાબ : પ્રણાલી

૧૧૮. કોના મત મુજબ વિચાર ભાષા કરતાં પહેલા આવે છે?

જવાબ : પિયાગં

૧૧૯. કોના મત મુજબ માનવને ભાષા સહજ રીતે પ્રાપ્ત થાય છે?

જવાબ : ચોમસ્કી

૧૨૦. ગુજરાતી ભાષા માં નવા શબ્દો કયાંથી દાખલ થયા છે?

જવાબ : હિંદી, સંસ્કૃત, ઉર્દુ, ફારસી અને અંગ્રેજી ભાષા માંથી તેમજ કમ્પ્યુટર જેવાં નવા વિજ્ઞાનો માંથી

૧૨૧. ભાષા ના પાસાઓ કેટલા છે? કયા કયા?

જવાબ : પાંચ ૧)ધ્વની શાસ્ત્રીય પાસું ૨) અર્થપૂર્ણ એકમનુ પાસુ ૩) શબ્દ સંયોજનનું પાસુ ૪) શબ્દાર્થ શાસ્ત્રીય પાસુ અને ૫) સામાજીક શાસ્ત્ર સંદર્ભીલક્ષી પાસુ

૧૨૨. શરુઆતના ભાષાકિય વિકાસ ના તબકકા ઓ કયા કયા છે?

જવાબ : ચાર ૧) એક શબ્દ તબકકો ૨) દ્વિશબ્દ તબકકો ૩)વાકય રચનાકીય વિકાસ અને ૪)શબ્દાર્થનો વિકાસ

૧૨૩. પ્રત્યાયન પ્રતિમાનના સાત તબકકાઓ કયા કયા છે?

જવાબ : ૧)પ્રેષક ૨)સંકેતાંકન ૩)સંદેશો ૪)માધ્યમ ૫)વિસંકેતન ૬)ગ્રાહક અને ૭)પ્રતિપુષ્ટી

૧૨૪. પ્રત્યાયનના લક્ષણો કયા કયા છે?

જવાબ : ચાર ૧) ગતિશીલતા ૨)જટિલતા ૩)તંત્ર નુ સ્વરુપ અને ૪)કારણ-કાર્ય સ્વરુપ

૧૨૫. કેટલાક બાળકો જેમ બને તેમ વધારે વસ્તુઓ ના નામ શીખવાનો પ્રયત્ન કરે છે તેને શું કહે છે?

જવાબ : સંદર્ભાત્મક શૈલી

૧૨૬. બાળકો પોતાના વિચારો, લાગણીઓ, ઈચ્છાઓ, આવેગો અને મંતવ્યો ને વિવિધ રીતે વ્યકત કરવાનું શીખે છે એને શુ કહે છે?

જવાબ : અભિવ્યકતીની શૈલી

૧૨૭. જે પ્રત્યાયનમાં ભાષાના મૈાખિક કે લિખિત સંકેતોનો મુખ્યત્વે ઉપયોગ થાય છે એને શું કહે છે?

જવાબ : શાબ્દિક પ્રત્યાયન

૧૨૮. વાસ્તવિક પરિસ્થિતી માં બોલતી વખતે તે કેટલી સાચી ભાષા બોલે છે તેના માપન ને શું કહે છે?

જવાબ : ભાષા નુ કર્તવ્થ

૧૨૯. પ્રત્યાયની પ્રક્રીયાનો આરંભ કરનારને શું કહે છે?

જવાબ : પ્રેષક

૧૩૦. પ્રત્યાયન એટલે શું?

જવાબ : એક સ્થાન થી બીજા સ્થાન સુધી વિચારનું કે અર્થનું સંક્રમણ કરવામાં કે સમજવામા સાધનરુપ બનતી ક્રિયાને પ્રત્યાયન કહે છે.

૧૩૧. જયારે માહિતી કે સંદેશાને સંકેતમાં રુપાંતરિત કરીને સંદેશો ગ્રહણ કરનારને જણાવવામાં આવે ત્યારે તેને શું કહે છે?

જવાબ : સંકેતાંકન

૧૩૨. પ્રેષક થી શરુ કરીને સંદેશો પ્રાપ્ત કરનાર વ્યકિત સુધીના સંદેશો મોકલવાના માર્ગને શું કહે છે?

જવાબ : માધ્યમ

૧૩૩. સંદેશો પ્રાપ્ત કરનાર તેનું અર્થઘટન કરે અને અર્થપૂર્ણ બનાવે તેને શું કહે છે?

જવાબ : વિસંકેતન

૧૩૪. સંદેશો મળ્યા પછી સંદેશો પ્રાપ્ત કરનાર જે વર્તન કરે તેને શું કહે છે?

જવાબ : પ્રતિપુષ્ટિ

૧૩૫. પ્રતિપુષ્ટિને પરિણામે સંદેશો મેળવનાર વળતો સંદેશો મોકલે તેને શું કહે છે?

જવાબ : પ્રતિપોષણ

૧૩૬. બુધ્ધિ એટલે શું?

જવાબ : બુધ્ધિ એટલે આપેલી માહિતીથી આગળ જવાની અને અનુભવમાંથી લાભ ઉઠાવવાની શકિત

૧૩૭. બુધ્ધિ ના તફાવતો શાના વડે મપાય છે?

જવાબ : બુધ્ધિ કસોટીઓ

૧૩૮. પર્યાવરણ માં ઉપજતિ ઘટનાઓ ઉપર તરત ધ્યાન આપી તેનો અર્થ સમજવાની પ્રક્રિયાને શું કહે છે?

જવાબ : માનસિક સજાગતા

૧૩૯. "બુધ્ધિ એટલે સારી રીતે સમજવાની, સારી રીતે નિર્ણય લેવાની અને સારી રીતે તર્ક કરવાની શકિત." આ વ્યાખ્યા કોણે અને કયારે આપી?

જવાબ : બિને અને સાયમન – ૧૯૦૪

૧૪૦. કોના મતે વ્યકિત જેટલા પ્રમાણ માં અમૂર્ત રીતે વિચારવાની શકિત ધરાવતી હોય તેટલા પ્રમાણમાં તે બુધ્ધિમાન હોય છે?

જવાબ : ટર્મેન – ૧૯૧૬

૧૪૧. તદન જુદા પર્યાવરણમાં ઉછર્યા હોવા છતા કોની બુધ્ધિમાં અત્યંત સામ્ય હોય છે?

જવાબ : એકદળ જોડકા બાળકો

૧૪૨. કયા મનોવૈજ્ઞાનિકે ૮ પ્રકારની બુધ્ધિઓ સુચવી છે?

જવાબ : ગાર્ડનર નામના

૧૪૩. કોના મત મુજબ ત્રિપુટી વડે બુધ્ધિનો સંપૂર્ણ ખ્યાલ મળે છે?

જવાબ : સ્ટનબર્ગના

૧૪૪. બુદ્ધિ વિશેનો કોનો મત સામાજિક, આવેગિક અને કર્તૃત્વલક્ષી પણ છે?

જવાબ : ભારતીય

૧૪૫. ધીમંતની શારીરિક વય ૮ વર્ષ છે અને તેનો બુદ્ધિ આંક ૧૨૫ છે. તો તેની માનસિક વય કેટલા વર્ષ હશે?

જવાબ : ૧૦

૧૪૬. પહેલી બુદ્ધિ કસોટી કયા મનોવૈજ્ઞાનિકોએ રચી?

જવાબ : બિને અને સાયમન નામના

૧૪૭. પહેલી બુદ્ધિ કસોટી કઈ ભાષામાં રચવામાં આવી?

જવાબ : ફ્રેંચ

૧૪૮. સામાન્ય વસ્તિમાં ૯૦ થી ૧૦૯ બુદ્ધિઆંકવાળી વ્યકિતઓની સંખ્યા કેટલા ટકા છે?

જવાબ : ૫૦ ટકા

૧૪૯. ઉચ્ચ બુદ્ધિ, ઉચ્ચ સર્જકતા અને ઉચ્ચ પ્રેરણાની આંતરક્રિયા શાના ઉપર અવલંબે છે?

જવાબ : પ્રતિભા સંપન્નતા ઉપર

૧૫૦. મધ્યમ કક્ષાએ મંદબુદ્ધિવાળા બાળકોનો બુદ્ધિઆંક કેટલો હોય છે?

જવાબ : ૩૫ થી ૪૯ ની વચ્ચે નો

૧૫૧. વ્યકિત માં સુપ્તરુપે પડેલી વિશિષ્ટ પ્રકાર નુ કાર્ય કરવાની શકિત ને શું કહે છે?

જવાબ : અભિયોગ્યતા

૧૫૨. ડીએટી કસોટી સમૂહ શાના માટે વપરાય છે?

જવાબ : શિક્ષણક્ષેત્રે માર્ગદર્શન

૧૫૩. મુશ્કેલ પરિસ્થિતીમાંથી રસ્તા શોધવાની શકિતને શું કહે છે?

જવાબ : સૂઝ

૧૫૪. યોગ્ય અને અયોગ્યનો તફાવત ઓળખવાની શકિતને શું કહે છે?

જવાબ : વિવેકશકિત

૧૫૫. નવી માહિતી કે વિચારોને સમજવાની શકિત ને શું કહે છે?

જવાબ : ગ્રહણશકિત

૧૫૬. અન્ય વ્યકિતઓની સમજ કે અપેક્ષા કરતાં અવનવું કાર્ય કરવાની શકિતને શું કહે છે?

જવાબ : ચાલાકી

૧૫૭. બુદ્ધિનો આયોજન, ધ્યાન અને પ્રક્રિયાનો પાસ સિદ્ધાંત કોણે આપ્યો છે?

જવાબ : જે પી દાસ

૧૫૮. કયા પ્રકારની બુદ્ધિનો સંબંધ જીવસૃષ્ટિ અને વનસ્પતિ સૃષ્ટિ સાથે છે?

જવાબ : નૈસર્ગિક બુદ્ધિ

૧૫૯. લેખકોમાં કયા પ્રકારની બુદ્ધિ વધુ પ્રગટ થાય છે?

જવાબ : ભાષાકીય બુદ્ધિ

૧૬૦. કઈ વ્યકિતમાં અવકાશીય બુદ્ધિ વધારે હોવી જરુરી છે?

જવાબ : શિલ્પીઓ

૧૬૧. શરીરનાં અંગોના સુમેળભર્યા હલનચલનો કરવા અને તેમની દક્ષતા કેળવવા કયા પ્રકારની બુદ્ધિની જરુર પડે છે?

જવાબ : દૈહિક – શરિરગતિલક્ષી બુદ્ધિ

૧૬૨. કોઈ વ્યકિતનો ફોટો જોતી વખતે તેના આખા ચહેરા પર એકસાથે ધ્યાન આપીએ છીએ. આ સમયે મગજમાં કઈ ક્રિયાઓ થાય છે?

જવાબ : સમકાલિન

૧૬૩. છાપેલું વાક્ય વાંચતી વખતે એક પછી એક શબ્દ પર વારાફરતી ધ્યાન આપીએ છીએ. આ સમયે મગજમાં કઈ ક્રિયાઓ થાય છે?

જવાબ : ક્રમિક

૧૬૪. બુદ્ધિ ના ત્રણ પ્રકારો કોણે દર્શાવ્યા છે?

જવાબ : સ્ટર્નબર્ગ

૧૬૫. બુદ્ધિઆંકનો ખ્યાલ કોણે આપ્યો છે?

જવાબ : સ્ટર્ન

૧૬૬. કયા મનોવૈજ્ઞાનિકે રચેલી અશાબ્દિક બુદ્ધિકસોટી વિખ્યાત છે?

જવાબ : રેવન

૧૬૭. કઈ બુદ્ધિકસોટીમાં સમગ્ર બુદ્ધિઆંક ઉપરાંત બુદ્ધિના શાબ્દિક આંક અને ક્રિયાત્મક આંક મળે છે?

જવાબ : વેકસલરની બુદ્ધિકસોટીઓ

૧૬૮. ભારતમાં બંગાળી ભાષામાં પ્રથમ બુદ્ધિકસોટીની રચના કોણે કરી હતી?

જવાબ : મહાલનોબીસે

૧૬૯. સામાન્ય વસતિ કેટલા ટકા વ્યકિતઓ નો બુદ્ધિઆંક ૧૩૦ થી વધુ હોય છે?

જવાબ : ૨ ટકા

૧૭૦. કેટલા બુદ્ધિઆંકવાળી વ્યકિતને પ્રતિભાશાળી કહે છે?

જવાબ : ૧૩૦ થી વધુ

૧૭૧. કેટલા બુદ્ધિઆંકવાળી વ્યકિત ને માનસિક રીતે પછાત, મંદ કે મનોદુર્બળ કહે છે?

જવાબ : ૭૦ થી ઓછા

૧૭૨. ૮ થી ૧૨ ધોરણના વિદ્યાર્થીઓ ને શિક્ષણક્ષેત્રે માર્ગદર્શન આપવા કઈ કસોટી વપરાય છે?

જવાબ : વિવિધલક્ષી અભિયોગ્યતા કસોટી

૧૭૩. કોણે DAT નું રુપાંતર કરીને તેનું ભારતીય રુપ વિકસાવ્યુ છે?

જવાબ : જે.એમ. ઓઝા

૧૭૪. બુદ્ધિ ના અર્થમાં કયા કયા શબ્દો વપરાય છે?

જવાબ : અકકલ, જાતિ, સાન વગેરે

૧૭૫. ચપળતા એટલે શું?

જવાબ : ચપળતા એટલે કાર્ય શરુ કરવામાં સ્ફુર્તિ અને પૂર્ણ કરવામાં ઝડપ

૧૭૬. ગણતરી કે ચિત્રકામ જેવાં વિશિષ્ટ કાર્યો ને ઉતમ રીતે કરવાની જન્મજાત શકિત ને શું કહેવાય?

જવાબ : કુદરતી બક્ષિસ

૧૭૭. ભાષાકીય બુદ્ધિ કેવા કાર્યો માં સક્રિય હોય છે?

જવાબ : કથન, શ્રવણ, વાચન, લેખન, ભાષા ને સમજવી વગેરે જેવાં

૧૭૮. વેકસલરે આપેલી બુદ્ધિ ની વ્યાખ્યા જણાવો.

જવાબ : "બુદ્ધિ એટલે વ્યકિત ની એવી સમગ્રલક્ષી શકિત જેને લીધે તે ધ્યેયપૂર્વક કાર્ય કરી શકે, તાર્કિક રીતે વિચારી શકે અને પર્યાવરણ સાથે અકરકારક રીતે વ્યવહાર કરી શકે"

૧૭૯. ગાર્ડનરે આપેલી બુદ્ધિની વ્યાખ્યા જણાવો.

જવાબ : "બુદ્ધિ એટલે કે એક કે વધારે સાંસ્કૃતિક પરિવેશોમાં મહત્વની ગણાતી સમસ્યાઓને ઉકેલવાની કે મૂલ્યવાન વસ્તુઓનું નિર્માણ કરવાની શકિત કે કુશળતા"

૧૮૦. ભાષાકીય બુદ્ધિ કઈ વ્યકિતઓના કાર્યોમા પ્રગટ થાય છે?

જવાબ : ભાષાકીય બુદ્ધિ લેખકો, સાહિત્યકારો, વર્તમાન પત્રો અને સામયિકો ના તંત્રીઓ, વેચાણકારો, ઉદઘોષકો વગેરેના કાર્યો માં પ્રગટ થાય છે.

૧૮૧. તાર્કિક-ગાણિતિક બુદ્ધિ કેવી વ્યકિતઓ માં વધારે હોય છે?

જવાબ : તર્કશાસ્ત્રીઓ, વકીલો, ન્યાયાધીશો, ગુનાશોધકો, વૈજ્ઞાનિકો આંકડાશાસ્ત્રીઓ અને હિસાબનીશોમાં વધારે હોય છે.

૧૮૨. અવકાશીય બુદ્ધિ કોના માં વધુ હોવી જરૂરી છે?

જવાબ : અવકાશીય બુદ્ધિ આગગાડી, મોટર, વહાણ, વિમાન, વગેરે ચલાવનારો, ચિત્રકારો, શિલ્પીઓ,સ્થપતિઓ, ઈજનેરો,શસ્ત્રક્રિયા કરનારાઓ અને કેટલાક કારીગરો માં વધુ હોવી જરૂરી છે.

૧૮૩. દૈહીક-શરીરગતિ લક્ષી બુદ્ધિ કોનામાં વધુ હોય છે?

જવાબ : ખેલાડીઓ, રમતવીરો, હસ્તકલાના કારીગરો, શસ્ત્રક્રિયા કરનારાઓ, નૃત્યકારો અને અભિનેતાઓમાં વધુ હોવી જરૂરી છે.

૧૮૪. વિશ્લેષક બુદ્ધિ કયું કાર્ય કરે છે?

જવાબ : પરિસ્થિતિના ઘટકો કે કારણો ને છુટા પાડવાનુ

૧૮૫. કેવી વ્યકિતઓમાં આંતર-વૈયકિતક બુદ્ધિ વધુ હોવી જરૂરી છે?

જવાબ : શિક્ષકો, વેચાણકારો, રાજકારણીઓ, સામાજિક કાર્યકરો, ધર્મગુરુઓ વગેરે માં

૧૮૬. નૈસર્ગિક બુદ્ધિ કઈ વ્યકિતઓ માં વધારે હોય છે?

જવાબ : ખેડુતો, પશુપાલકો શિકારીઓ, વનપ્રવાસીઓ, વનઅધીકારીઓ તેમજ જીવવિજ્ઞાન અને વનસ્પતિશાસ્ત્રના વિદ્યાર્થીઓ માં વધારે હોય છે.

૧૮૭. સ્ટર્નબર્ગ બુદ્ધિના કયા ત્રણ પ્રકાર દર્શાવ્યા છે?

જવાબ : ૧) વિશ્લેષક બુદ્ધિ ૨)સર્જક બુદ્ધિ અને ૩)વ્યાવહારિક બુદ્ધિ

૧૮૮. સર્જક બુદ્ધિ કયુ કાર્ય કરે છે?

જવાબ : સર્જક બુદ્ધિ ઘટકોને ભેગા કરીને નવી વસ્તુનુ સર્જન કરે છે.

૧૮૯. આપેલી માહીતી થી આગળ વધીને નવા રસપ્રદ વિચારો ઉપજાવવાની શકિતને શું કહે છે?

જવાબ : સર્જક બુદ્ધિ

૧૯૦. સિદ્ધાંતોનો વ્યવહારમાં અમલ કરવાની અને અમૂર્ત વિચારો ને વાસ્તવિક સિદ્ધિ માં બદલવાની શકિત ને શું કહે છે?

જવાબ : વ્યાવહારિક બુદ્ધિ

૧૯૧. તંત્રવિજ્ઞાન પ્રકારની બુદ્ધિ મા કઈ બાબતો અગત્યની ગણાય છે?

જવાબ : ધ્યાન, નિરિક્ષણ, ઝડપ અને સિદ્ધિઓ અગત્યની ગણાય છેઈ

૧૯૨. બોધાત્મક ક્ષમતામાં કઈ બાબતો નો સમાવેશ થાય છે?

જવાબ : બોધાત્મક ક્ષમતામાં સંદર્ભ પ્રત્યે સંવેદનશીલતા, ગ્રહણશકિત, ભેદબોધન, સમસ્યા ઉકેલ,અસરકારક પ્રત્યાયન વગેરે બાબતોનો સમાવેશ થાય છે.

૧૯૩. સામાજિક ક્ષમતામાં કઈ બાબતોનો સમાવેશ થાય છે?

જવાબ : સામાજિક ધોરણો નું પાલન, વડીલોની સેવા, આજ્ઞાંકિતતા જરૂરતમંદોને મદદ, પર્યાવરણ અંગે રસ અને ચિંતન વગેરે બાબતોનો સમાવેશ થાય છે.

૧૯૪. સાહસલક્ષી ક્ષમતામા કઈ બાબતોનો સમાવેશ થાય છે?

જવાબ : કઠોરશ્રમ, પ્રતિબદ્ધતા, સજાગતા, ધ્યેયલક્ષી વર્તન વગેરેનો

૧૯૫. આવેગિક ક્ષમતામા કઈ બાબતોનો સમાવેશ થાય છે?

જવાબ : આવેગોનું નિયંત્રણ, પ્રામાનિકતા, વિનયી વર્તન, સ્વ નુ વાસ્તવીક મૂલ્યાંકન, સદાચાર વગેરેનો

૧૯૬. વ્યકિત જે પર્યાવરણમાં રહે છે તેના સંબંધમાં તેના માનસિક વિકાસની કક્ષાને શું કહે છે?

જવાબ : માનસિક વય

૧૯૭. માનસિક વય કઈ રીતે ગણવામા આવે છે?

જવાબ : કસોટીના સાચા ઉતર દીઠ બે માસના માનસિક વય ગણવામા આવે છે. આ રીતે સાચા ઉતશો માટે મળેલા માનસિક વયના મહિનાઓનો સરવાળો એ વ્યકિતની માનસિક વય ગણાય છે.

૧૯૮. બુદ્ધિઆંક શોધવાનુ સૂત્ર જણાવો?

જવાબ : $$\text{બુદ્ધિઆંક } IQ = \frac{\text{માનસિક વય}}{\text{શારિરિક વય}} * 100$$

૧૯૯. શારીરીક વય એટલે શું?

જવાબ : જન્મતારીખ પ્રમાણે ગણતા થતી બાળકની વયને શારિરિક વય કહેવાય.

૨૦૦. જે કસોટી એક સમયે એક જ વ્યકિતને આપી શકાય તેને કેવી કસોટી કહેવાય?

જવાબ : વ્યકિતગત

૨૦૧. જે કસોટી એક સમયે એક સાથે સેંકડો વ્યકિતને આપી શકાય તેને કેવી કસોટી કહેવાય?

જવાબ : સમૂહ કસોટી

૨૦૨. જે કસોટીમાં માત્ર લેખિત પ્રશ્નો હોય અને જેમા લેખીત જવાબો આપવાના હોય તેને કેવી કસોટી કહે છે?

જવાબ : શાબ્દિક

૨૦૩. સ્ટેનફર્ડ બિને કસોટીની રચના કોણે કરી હતી?

જવાબ : અમેરિકાની સ્ટેનફર્ડ યુનિવર્સિટીના પ્રો. ટર્મને

૨૦૪. સ્ટેનફર્ડબિને કસોટીના ઈ.સ. ૧૯૮૬ ના સંસ્કરણમાં કયા વિશિષ્ટઆંકો મળે છે?

જવાબ : ૧)શાબ્દિક તર્ક ૨)સંખ્યાત્મક તર્ક ૩)અમૂર્ત દ્રશ્ય તર્ક અને ૪)અલ્પકાલીન સ્મૃતી

૨૦૫. ભારતમાં સૌ પ્રથમ બુદ્ધિકસોટી રચવાનો પ્રયાસ કોણે કર્યો હતો?

જવાબ : ઈ.સ. ૧૯૩૦ માં ઉર્દૂ અને પંજાબી ભાષાઓમાં ડો. રાઈસે

૨૦૬. ગુજરાતી ભાષામાં બુદ્ધિકસોટી રચવા માટે સૌ પ્રથમ પીએચડીની પદવી (ડીગ્રી) કોને મળી?

જવાબ : ડો. કૃષ્ણકાંત દેસાઈ ને ઈ.સ. ૧૯૫૪ માં

૨૦૭. અનુવંશથી જ ઉચ્ચ બુદ્ધિ કે અપવાદરૂપ માનસિક શકિત ધરાવનાર વ્યકિતને શું કહેવામાં આવે છે?

જવાબ : સંપન્ન

૨૦૮. અભિયોગ્યતા ની વ્યાખ્યા આપો.

જવાબ : અભિયોગ્યતા એ વ્યકિતનાં લક્ષણોનું એવું સંયોજન છે જે તાલીમ દ્વારા વિશિષ્ટ જ્ઞાન કે કૌશલ્ય મેળવવાની વ્યકિતની સુસશકિત સૂચવે છે.

૨૦૯. WISC કેટલા વર્ષની વ્યકિતઓની બુદ્ધિ માપે છે?

જવાબ : ૬ થી ૧૬ વર્ષ

૨૧૦. બુદ્ધિની મંદતાની ચાર કક્ષાઓ કઈ છે?

જવાબ : ૧)હળવી ૨)મધ્યમ ૩)તીવ્ર અને ૪) અતિતીવ્ર

૨૧૧. અતિતીવ્ર મનોદુર્બળતાનો બુદ્ધિ આંક કેટલો હોય છે?

જવાબ : ૨૦ થી ઓછો

૨૧૨. GATB નું આખું નામ જણાવો.

જવાબ : General aptitude test battery

૨૧૩. ભારતમાં વિકસાવેલી કસોટીઓ વડે કઈ અભિયોગ્યતાઓ મપાય છે?

જવાબ : ભારતમાં વિકસાવેલી કસોટીઓ વડે મનોવૈજ્ઞાનિક, અધ્યાપકની, કારકુનની, ઈજનેરીની, વિદ્વતાની, તબીબી, સાહિત્યિક વગેરે અભિયોગ્યતાઓ મપાય છે.

૨૧૪. શાબ્દિક તર્કની અભિયોગ્યતા કસોટી વ્યકિત ની કઈ શકિતનું માપન કરે છે?

જવાબ : વ્યકતીને શબ્દોમાં કેટલો રસ છે અને તેને શબ્દોનું કેટલુ જ્ઞાન છે તેના આધારે શાબ્દિક તર્કની શકિતનું માપન કરે છે.

૨૧૫. કોઈપણ યંત્રોના સમારકામ કરવામાં વ્યકિતની સફળતાની આગાહી કરવા કઈ કસોટી આપવી જોઈએ?

જવાબ : યાંત્રીક તર્ક કસોટી

૨૧૬. તુ તારી જાતને ઓળખ એ સંદેશો કોનામાં તત્વજ્ઞાન જેટલો જ મહત્વનો છે?

જવાબ : મનોવિજ્ઞાન

૨૧૭. સ્વ એટલે શું?

જવાબ : સ્વ એટલે પોતાની જાતને વિષયવસ્તુ બનાવતા વ્યકિત ના વિચારો અને લાગણીઓનો સમુહ.

૨૧૮. સ્વ વિશે બે રીતે વાત કરી શકાય, તે બે રીતો કઈ છે?

જવાબ : ૧)કર્તા તરીકે અને ૨)વિષયવસ્તુ તરીકે

૨૧૯. ભારતીય મત મુજબ સ્વ શું નથી અને શું છે?

જવાબ : સ્વ કર્તા નથી, માત્ર સાક્ષી કે દ્રષ્ય છે

૨૨૦. ઉપજેલી પ્રેરણાની તૃપ્તિમાં વિલંબ કરવાનું શીખવું એટલે શું?

જવાબ : સ્વનિયમન

૨૨૧. પ્રતિક્રિયા ઉદીપકથી ઉપજે છે તેથી વર્તનને અંકુશમાં લેવા માટે શું કરવું જોઈએ?

જવાબ : ઉદીપકનું નિયંત્રણ

૨૨૨. શાના વિશેનો લૌકીક ખ્યાલ વ્યકિત વિશેની પહેલી છાપ પર આધારીત હોય છે?

જવાબ : વ્યકિતત્વ

૨૨૩. કેશ્મર અને શેલ્ડને શાના આધારે વ્યકિતત્વના પ્રકારો આપ્યા છે?

જવાબ : શરીરના બાંધા

૨૨૪. યુંગે શાના આધારે વ્યકિતત્વના બે પ્રકારો છે?

જવાબ : પ્રવૃતીની દિશા

૨૨૫. અહિંસા એ ગાંધીજીનો કેવો ગુણ હતો?

જવાબ : મૂળભૂત

૨૨૬. વ્યકિતત્વના કયા અભિગમમાં ફ્રોઈડ નો ફાળો સૌથી મોટો છે?

જવાબ : મનોગત્યાત્મક

૨૨૭. ફ્રોઈડ મુજબ સભાનતાની ૩ કક્ષાઓ કઈ છે?

જવાબ : ૧)સંપૂર્ણ સભાનતા ૨)અર્ધજ્ઞાન કે પૂર્વજ્ઞાન મનોવ્યાપારો ૩)અજ્ઞાત મનોવ્યાપારો

૨૨૮. છોકરીમાં માતા પ્રત્યે દ્વેષ અને પિતા માટે આકર્ષણ તેની કઈ ગ્રંથીને કારણે ઉદભવે છે?

જવાબ : ઈલેક્ટ્રા

૨૨૯. છોકરામાં પીતા પ્રત્યે દ્વેષ અને માતા માટે આકર્ષણ તેની કઈ ગ્રંથીને કારણે ઉદભવે છે?

જવાબ : ઈડિપસ

૨૩૦. હજારો રોકાણકારો એ પૈસા ગુમાવ્યા પછી પણ શેરબજાર માં નાણાં રોકવામાં જોખમ છે જ નહી એમ કહેનાર સરકારી અધિકારી કઈ બચાવપ્રયુકિતનો આશરો લે છે?

જવાબ : ઈનકાર કે અસ્વીકાર

૨૩૧. હરવા ફરવા નો હક મૂળભૂત માનવ અધિકાર હોવાથી આતંકવાદી ઓ ને ગમે ત્યાં જવાની છૂટ હોવી જોઈએ એમ કહેનાર વ્યકિત કઈ બચાવપ્રયુકિત નો આશરો લે છે?

જવાબ : વિરુદ્ધ પ્રતિક્રિયા કે વિરોધી ભાવધારણ

૨૩૪. કામોતેજક વસ્ત્રો પહેરનાર યુવતી પુરુષોની ગંદીનજર ની ફરિયાદ કરતી વખતે કઈ બચાવપ્રયુકિત નો ઉપયોગ કરે છે?

જવાબ : પ્રક્ષેપણ

૨૩૫. યુંગે કયા સિદ્ધાંત ઉપર ભાર મુકયો છે?

જવાબ : વ્યકતીગત સચેતન

૨૩૬. કોના મુજબ દરેક માણસમાં પસંદ કરવાની કે સર્જવાની શકિત હોય છે?

જવાબ : એડલર

૨૩૭. કોના પ્રમાણે બાળ ઉછેરની સમતોલ શૈલી વડે વ્યકિતત્વનાં સમતોલ વિકાસ થાય છે?

જવાબ : હોર્ની

૨૩૮. કોના મુજબ જેને પ્રબલન મળે એ વર્તનના પુનરાવર્તન વડે વ્યકિતત્વ વિકસે છે?

જવાબ : સ્કિનર

૨૩૯. કોના મુજબ દરેક વ્યકિત સંપૂર્ણ રીતે કાર્યરત બનવાનું અને રહેવાનું ધ્યેય ધરાવે છે?

જવાબ : કાર્લ રોજર્સ

૨૪૦. કોના મુજબ વ્યકિતના સ્વ ખ્યાલ અને તેના અનુભવો સુસંગત હોય ત્યારે તેનુ સમાયોજન સારું હોય છે?

જવાબ : કાર્લ રોજર્સ

૨૪૧. કોણ કહે છે કે સ્વસાર્થકતા પ્રાપ્ત કરવી એટલે પોતાની સુપ્તશકિતને કાર્યાન્વિત કરવી?

જવાબ : મેસ્લો

૨૪૨. માનવવાદી અભિગમ જીવનનાં કયા પાસાની અગત્ય દર્શાવે છે?

જવાબ : વિધાયક

૨૪૫. ભારતીય મત પ્રમાણે વ્યકિતત્વમાં કયા ત્રણ ગુણ રહેલા છે?

જવાબ : સત્વ, રજસ અને તમસ

૨૪૬. કઈ મુલાકાતમાં ચોકકસ કાર્યવાહી અને વિશિષ્ટ પ્રશ્નો પહેલેથી તૈયાર છે?
જવાબ : રચિત

૨૪૭. મુલ્યાંકન તુલામાં કેવી ભૂલો ઉદભવી શકે છે?

જવાબ : સમગ્રતાની કે પ્રભાવની અસર અને મધ્યવર્તી વલણ

૨૪૮. વ્યકિતત્વના અજ્ઞાત બળોને ઓળખવા માટે કઈ પ્રવિધિઓ વિકસાવવામાં આવી છે?

જવાબ : પ્રક્ષેપણ

૨૪૯. પ્રક્ષેપણ પ્રયુકિતઓમાં ઉદીપક સામગ્રીનું માળખું કેવું હોય છે?

જવાબ : અસ્પષ્ટ

૨૫૦. રોરશાક પ્રવિધિના બે ભાગ કયા છે?

જવાબ : કર્તૃત્વ અને અન્વેષણ

૨૫૧. કઈ પ્રવિધિમાં વ્યકિતએ ચિત્રો જોઈને રચેલી વાર્તાઓના વિષયના આધારે તેનું વ્યકિતત્વ ઓળખાય છે?

જવાબ : વિષય અધિપ્રત્યક્ષ

૨૫૨. કઈ શોધનીકા વર્તનવિકૃતી ના પ્રકારો ના સંદર્ભ માં વ્યકતીત્વની આકારણી કરે છે?

જવાબ : મીનેસોટા વિવિધલક્ષી વ્યકિતત્વ

૨૫૩. આઈઝેન્કની પ્રશ્નાવલીમાં વ્યકિતત્વના કયા બે આવેગીય પરિણામ માપવામાં આવે છે?

જવાબ : સ્થિર અને અસ્થિર

૨૫૪. ૧૬ વ્યકતીત્વ ઘટકોની શોધનીકામાં કયા મનોવૈજ્ઞાનીકે ઘટક વિશ્લેષણથી શોધેલા વ્યકિતત્વઘટકો મપાય છે?

જવાબ : કેટલ

૨૫૫. કોના મત મુજબ આપણે આપણા સ્વ વિશે વિવિધ રીતે વિચારીયે છીએ ?

જવાબ : હિગીન્સ

૨૫૬. સ્વ ના ભારતીય પ્રતિમાનમાં રહેલા પાસાઓનું વિશ્લેષણ કોણે આપ્યુ છે?

જવાબ : આર.સી. ત્રીપાઠી

૨૫૭. પરિસ્થિતિ પ્રત્યે લાક્ષણીક રીતે પ્રતિક્રિયા આપવાનુ વલણ એટલે શું?

જવાબ : પ્રકૃતી

૨૫૮. નિયમિત રીતે ઊપજતા વર્તનની સમગ્ર તરેહ એટલે શું?

જવાબ : ચારિત્ર્ય

૨૫૯. હિપોક્રેટિસના મત મુજબ કેવી વ્યકતીઓ સક્રીય અને આનંદી હોય છે?

જવાબ : રક્તપ્રભાવી

૨૬૦. હીપોક્રેટિસના મત મુજબ કેવી વ્યકિતઓ ઉતેજનશીલ અને ક્રોધી હોય છે?

જવાબ : પીળાપિત પ્રભાવી

૨૬૧. કેશ્મર અને શેલ્ડનના મત મુજબ આંતરસ્તર પ્રધાનવાળી વ્યકિતઓ કેવી હોય છે?

જવાબ : મિલનસાર અને આનંદી

૨૬૨. કેશ્મર અને શેલ્ડનના મત મુજબ મધ્યસ્તર પ્રધાનવાળી વ્યકિતઓ કેવી હોય છે?

જવાબ : હિંમતવાન અને નેતૃત્વ લેનાર

૨૬૩. કોના મત મુજબ બાહયસ્તર પ્રધાનવાળી વ્યકતીઓ કલા પ્રેમી અને મગજના કામ કરનારી હોય છે?

જવાબ : કેશ્મર અને શેલ્ડન

૨૬૪. કોના મત મુજબ વ્યકિત ની ટેવો કરતાં તેના વ્યકિતત્વ ગુણો વધુ વ્યાપક હોય છે?

જવાબ : ગોર્ડન આલપોર્ટ

૨૬૫. કોણે વ્યકિતત્વના ૧૬ પ્રાથમીક ગુણો શોધ્યા છે?

જવાબ : રેમન્ડ કેટલ

૨૬૬. ગુણોના સુસંગતતા અંગે કોણે સંશોધનો કર્યા છે?

જવાબ : મિશેલ

૨૬૭. મનોગત્યામક અભિગમમાં કોનો ફાળો સૌથી મોટો છે?

જવાબ : સિગ્મંડ ફ્રોઈડ

૨૬૮. કઈ બચાવ પ્રયુકિતમાં વ્યકિતને જોખમ હોવા છતા જોખમ છે જ નહિ એવું મનાવવાનો પ્રયત્ન કરે છે?

જવાબ : ઈનકાર કે અસ્વિકાર

૨૬૯. કઈ બચાવ પ્રયુકિતમાં વ્યકિતને પોતાનું ગૌરવ હણાશે એવા ભયને લીધે આવેશોને અજ્ઞાત મનમાં ધકેલી દે છે?

જવાબ : દમન

૨૭૦. કઈ બચાવ પ્રયુક્તિ ને ખોટા ઉપજાવી કાઢેલા બહાના કાઢવાની પ્રયુક્તિ કહે છે?

જવાબ : ચૌક્તિકીકરણ

૨૭૧. વ્યક્તી પોતાનામાં રહેલા આવેશો કોઈ બીજી વ્યક્તિમાં રહેલાં છે એવું કઈ બચાવ પ્રયુક્તિ માં જણાવે છે?

જવાબ : પ્રક્ષેપણ

૨૭૨. કઈ બચાવ પ્રયુક્તિમાં પુરૂષોને આકર્ષવા અતિશય ફેશન કરનારી સ્ત્રી પુરૂષોની ગંદી નજરની ફરિયાદ કરે છે?

જવાબ : પ્રક્ષેપણ

૨૭૩. દ્રાક્ષ ખાટી છે. એ કઈ બચાવપ્રયુક્તિનુ ઉદાહરણ છે?

જવાબ : ચૌક્તિકીકરણ

૨૭૪. કઈ બચાવપ્રયુક્તિમાં દુશ્મનનું બુરુ ઈચ્છનાર વ્યક્તિ દુશ્મનની સલામતી માટે વધુ ચિંતા વ્યકત કરે છે?

જવાબ : વિરુદ્ધ પ્રતીક્રીયા

૨૭૫. જે વ્યક્તિને સ્ત્રીઓની જાતીય સતામણી કરવાની ઈચ્છા થાય તે એના ઉકેલ તરીકે બીજાઓને બતાવવા જાતીય હુમલાખોરો થી મહિલાઓને બચાવવાની પ્રવૃતી શરૂ કરે છે આને કઈ બચાવપ્રયુક્તિ કહેવાય?

જવાબ : વિરોધીભાવધારણ

૨૭૬. કઈ બચાવ પ્રયુક્તિમાં વ્યક્તિ પોતાના આક્રત્મકતાના આવેશ ને ઊંચા માર્ગ વાળવા લશ્કરમાં જોડાય છે?

જવાબ : ઊર્ધ્વીકરણ

૨૭૭. ફ્રોઈડ અજ્ઞાતમન સમજવાનો રાજમાર્ગ કોને ગણે છે?

જવાબ : સ્વપ્ન

૨૭૮. વ્યક્તિત્વ નું ઊજળું અને સમાજ સ્વીકારે એવું પાસું કયુ છે?

જવાબ : બુરખો

૨૭૯. વ્યક્તિત્વનું ક્રુર અને દુષ્ટ પાસુ કયુ છે?

જવાબ : તમસ

૨૮૦. પુરૂષોના વ્યકિતત્વનું જનાના પાસું કયુ છે?

જવાબ : સ્ત્રેણતા

૨૮૧. સ્ત્રીઓના વ્યકિતત્વનું મર્દાના પાસું કયુ છે?

જવાબ : પૌરૂષ

૨૮૨. કોના મતે દરેક વ્યકિતમાં પસંદ કરવાની અને સર્જવાની શકિત હોય છે?

જવાબ : એડલર

૨૮૩. કોના મતે બાળપણની પ્રૌઢ વય સુધી વ્યકિતત્વ આઠ તબકકામાં વિકસે છે?

જવાબ : એરિકસન

૨૮૪. સ્વસાર્થકતાનો સિદ્ધાંત કોણે આપ્યો છે?

જવાબ : મેસ્લો

૨૮૫. કયો અભિગમ જીવનનાં વિધાયક પાસાની અગત્ય દર્શાવે છે?

જવાબ : માનવવાદી

૨૮૬. શાહીના ધાબાની પ્રવિધી કોણે વિકસાવી છે?

જવાબ : રોરશાક

૨૮૭. સ્વ એટલે શું?

જવાબ : સ્વ એટલે પોતાની જાતને વિષયવસ્તુ બનાવતા વ્યકિત ના વિચારો અને લાગણીઓનો સમુહ.

૨૮૮. તમે કોણ છો અને કેવા છો એવા પ્રશ્ન પૂછતા વ્યકિત શું દર્શાવે છે?

જવાબ : પોતાના ગુણો, રૂચીઓ, પ્રવૃતીઓ, માન્યતાઓ, સામાજીક તાદાત્મ્ય વગેરે દર્શો છે.

૨૮૯. હુ ,મને, મારાથી, મારુ વગેરે શબ્દો શાનો નિર્દેશ કરે છે?

જવાબ : સ્વ

૨૯૦. વ્યકિત પોતાનામાં હાલ રહેલા ગુણ દોષોનો વિચાર કરે તેને કેવો સ્વ કહેવામા આવે છે?

જવાબ : વાસ્તવીક

૨૯૧. સંભવિત સ્વ કોને કહે છે?

જવાબ : જયારે વ્યકિત પોતે કેવી બની શકે તેમ છે તેનો વિચાર કરે તેને સંભવિત સ્વ કહે છે.

૨૯૨. વ્યકિત પોતે કેવા બનવુ જોઈએ તેનો વિચાર કરે તેને કેવો સ્વ કહે છે?

જવાબ : આદર્શ

૨૯૩. વ્યકિત ને સમાયોજનની સમસ્યાઓ કયારે ઊભી થાય છે.?

જવાબ : જો વ્યકિતને આદર્શ સ્વ કરતા વાસ્તવીક સ્વ સાવ જુદો હોય તો તેને સમાયોજનની સમસ્યાઓ ઊભી થાય છે.

૨૯૪. આત્મા નો ખ્યાલ શેનું સુચન કરે છે?

જવાબ : આત્માનો ખ્યાલ વ્યકિતના વાસ્તવીક સ્વની સ્વતંત્ર અને અભૌતીક ઓળખ સૂચવે છે.

૨૯૫. જયારે વ્યકિત પોતાના વાસ્તવીક અસ્તિત્વ વિશે અજ્ઞાત હોય તયારે તેનામાં પોતાના મૂલ્ય વિશે જે અતિસંચોકતી ભર્યો ખ્યાલ ઊભો થાય તેને શું કહે છે?

જવાબ : સહકાર

૨૯૬. સ્વ માં કયા પરિમાણોનો સમાવેશ થાય છે?

જવાબ : શારીરીક, માનસીક, સામાજીક અને આધ્યાત્મીક

૨૯૭. ભારતીય જીવનશૈલીનો જિતેન્દ્રીય નો ખ્યાલ શું સુચવે છે?

જવાબ : વ્યકતીએ પોતાની જ્ઞાનેન્દ્રીયો અને કર્મેન્દ્રીયો પર નિયંત્રણ રાખવાનું

૨૯૮. અપરિગ્રહ વ્રત એટલે શું?

જવાબ : પોતાની લઘુતમ જરૂરીયાતોને સંતોષે એટલી ખૂબ મર્યાદિત વસ્તુઓ પોતાની પાસે રાખવાની અને બીજાઓ પાસેથી કઈ માંગવાનુ કે લેવાનું નહી

૨૯૯. કઈ ક્રીયાઓ વડે સ્વનિયમન થઈ શકે છે?

જવાબ : પ્રેરણાઓ, આવેગો અને બીજી આંતરિક મનોવ્યાપારો, ધ્યાન, યોગ, વિપશ્યના, ઝેન, જૈવ પ્રતિપુષ્ટી અને સ્વ સૂચન જેવી ક્રિયાઓ વડે સ્વનિયમન થઈ શકે છે.

૩૦૦. સ્વનિયમનની મનોવૈજ્ઞાનિક પ્રવિધિઓ કઈ છે?

જવાબ : ૧)પોતાના વર્તનનુ નિરીક્ષણ (૨)ઉદીપક નિયંત્રણ (૩)સ્વપ્રબલન અને (૪)સ્વઉપદેશ

૩૦૧. એમીલી કુ. નું સ્વઉપદેશ માટેનું જાણીતુ કથન કયું છે?

જવાબ : "દિનપ્રતિદિન દરેક રીતે હું સુધરતો જાઉ છું" (Day by day and in every way I am getting better and better.)

૩૦૨. સ્વભાવ એટલે શું?

જવાબ : પ્રતિક્રિયા આપવાની એવી લાક્ષણીક શૈલી જે જૈવ બાબતો પર આધાર રાખે છે.

૩૦૩. ચિકીત્સાના ગ્રંથ ચરક સંહિતામાં વ્યકિતત્વના કયા ત્રણ પ્રકારો દર્શાવ્યા છે?

જવાબ : ૧)વાતપ્રકૃતી (૨)પિતપ્રકૃતી (૩)કફપ્રકૃતી

૩૦૪. ગ્રીક વૈદ્ય હિપોક્રેટિસે વ્યકિતત્વના કયા પ્રકારો દર્શાવ્યા છે?

જવાબ : ચાર પ્રકારો (૧)રકત પ્રભાવી (૨)કફ પ્રભાવી (૩) કાળાપીત પ્રભાવી અને (૪)પીળાપિત પ્રભાવી

૩૦૫. કેશમર અને શેલ્ડને શરીરના બાંધાના આધારે વ્યકિતત્વ ના પ્રકારો દર્શાવ્યા છે?

જવાબ : (૧)આંતરસ્તર પ્રધાન (૨)મધ્યસ્તર પ્રધાન અને (૩)બાહચસ્તર પ્રધાન

૩૦૬. યુગના મતે અંતર્મુખ વ્યકિતઓ કેવી હોય છે?

જવાબ : પોતાના વિચારોમાં મગ્ન રહેનાર, શરમાળ, એકલા રહેવાનું પસંદ કરનાર અને સંઘર્ષો પેદા થાય ત્યારે એકાંતમાં રહે છે.

૩૦૭. જે વ્યકિતઓ બહારના પદાર્થો અને અન્ય વ્યકિતઓ તરફ જાય છે અને આંતરક્રીયાઓ કરે છે તેમજ જેઓ મળતાવડા સ્વભાવના અને લોકસંપર્કના કાર્યો પસંદ કરે છે તેવાને કેવા વ્યકિતઓ કહેવામાં આવે છે?

જવાબ : બહિર્મુખ

૩૦૮. આલપોર્ટ વ્યકિતત્વગુણોના કયા ત્રણ પ્રકારો આપ્યા છે?

જવાબ : (૧)મૂળભૂત ગુણો (૨)કેન્દ્રીય ગુણો અને (૩) ગૌણ ગુણો

૩૦૯. આઈઝેન્કના મતે વ્યકિતત્વના કયા બે પરિમાણો છે?

જવાબ : (૧)મંદ મનોવિકાર (આવેગશીલતા) વિરૂદ્ધ આવેગ ની સ્થિરતા અને (૨) બહિર્મુખતા વિરૂદ્ધ અંતર્મુખતા

૩૧૦. વ્યકિત મુળભુત પ્રેરણાઓ સાથે સંકળાયેલા આવેશોને કઈ રીતે વ્યકત કરે છે?

જવાબ : સ્વપ્નમાં, કલ્પનાના તરંગોમાં, વિસ્મરણ વડે કે સાંભળવાની બોલવાની, વાંચવાની, લખવાની કે બીજી ભૂલો વડે વ્યકત કરે છે.

૩૧૧. ફ્રોઈડના મતે વ્યકિતના કયા ત્રણ વિભાગો છે?

જવાબ : (૧)તત(ઈચ્છા) (૨)અહમ(તર્કશકિત) (૩)ઉપરી અહમ (અંતરાત્મા)

૩૧૨. માનવીનો લૈગિક આવેશ વિકાસના ભૂતકાળના કોઈ તબકકામાં અટકી જાય ત્યારે તેને શુ કહે છે?

જવાબ : સ્થગીતતા

૩૧૩. વ્યકિત ઘડીકમાં લૈગીક સુખથી વંચીત રહે અને બીજી જ ઘડીએ વધારે પડતુ લૈગિક સુખ માણે તેને શું કહેવાય છે?

જવાબ : લૈગીક સુખની અસંગતતા

૩૧૪. ફ્રોઈડે ચિંતાના કયા ત્રણ પ્રકાર દર્શાવ્યા છે?

જવાબ : (૧)ગભરાટિયા વિકૃત ચિંતા (૨)નૈતિક ચિંતા અને (૩)વાસ્તવિક ચિંતા

૩૧૫. પ્રચલિત બચાવ પ્રયુકિત ના નામ આપો.

જવાબ : ઈનકાર (અસ્વીકાર), દમન, યૌકિતકીકરણ, પ્રક્ષેપણ, વિરોધીભાવ અપનાવવો અને ઊર્ધ્વીકરણ વગેરે

૩૧૬. વ્યકિત પોતાની મુશ્કેલી કે પોતાના અયોગ્ય વિચારો અને લાગણીઓને પોતાના અજ્ઞાત મનમાં ધકેલી તેને ભૂલી જવાનો પ્રયત્ન કરે છે તેને કઈ બચાવપ્રયુકિત કહે છે?

જવાબ : દમન

૩૧૭. વ્યકિત ને પોતાના કોઈ વિચાર, પ્રેરણા કે આવેગ અયોગ્ય હોવાથી ચિંતા કે સંઘર્ષ ઊપજે ત્યારે તે એના વિરોધી વિચાર પ્રેરણા કે મનોભાવ અપનાવે તેને શું કહે છે?

જવાબ : વિરોધી ભાવ

૩૧૮. સ્વપ્નનો પ્રગટ વિષય કોને કહે છે?

જવાબ : સ્વપ્નમાં બનતા બનાવો, દ્રશ્યો, અવાજો વગેરેને વ્યકિત યાદ રાખીને વર્ણવે તેને સ્વપ્નનો પ્રગટ વિષય કહે છે.

૩૧૯. સ્વપ્નમાં બનતા બનાવોને વ્યકિત યાદ રાખીને વર્ણન કરે તે વર્ણનના આધારે વિશ્લેષક અંદરનો અર્થ તારવે એ અર્થને શું કહેવાય?

જવાબ : સ્વપ્નનો ગુપ્ત વિષય

૩૨૦. ફ્રોઈડના મત મુજબ સ્વપ્નમાં દેખાયેલ શેનુ સુચન કરે છે?

જવાબ : ફ્રોઈડના મત મુજબ સ્વપ્નમાં દેખાયેલુ ઘર વ્યકિતના શરીરનું, સ્નાનની ક્રીયા જન્મની ક્રીયા અને પ્રવાસ નો આરંભ મૃત્યુ સૂચવે છે.

૩૨૧. ફ્રોઈડ પછીના મનોવિશ્લેષકોએ કયા પાસાઓ પર વધુ ધ્યાન આપ્યુ છે?

જવાબ : વાસ્તવિકતા, ભૌતીક અને સામાજીક પર્યાવરણ તથા વ્યકિતત્વના સભાન પાસા પર

૩૨૨. ફ્રોઈડ પછીના મનોવિશ્લેષકોએ કઈ પ્રવૃતીઓને ગૌણ ગણી છે?

જવાબ : તત્ ની જાતીય અને આક્રમક પ્રવૃતિઓને

૩૨૩. આધુનીક મનોવિશ્લેષકોએ કઈ બાબતો પર ભાર મુકયો છે?

જવાબ : આધુનીક મનોવિશ્લેષકોએ અહમનો વિસ્તાર વધાર્યો અને અહમનો વિસ્તાર વધાર્યો અને અહમનું મનોવિજ્ઞાન વિકસાવીને માનવીની સમર્થતા, સમસ્યા ઉકેલવાની શકિત તેમજ સર્જકતા પર ભાર મૂકયો છે.

૩૨૪. યુગના મતે વ્યકિતના અજ્ઞાત મનમાં શાનો સંગ્રહ થાય છે?

જવાબ : વ્યકિતને મળતા વારસાના આધ્યસંસ્કારો અને પુરાતન યુગની જે સાંસ્કૃતીક પ્રતિમાઓ મળે છે તેનો

૩૨૫. યુગ કોને આધ્યસંસ્કારો કહે છે?

જવાબ : યુગ ઈશ્વર, રાક્ષસ, જગતજનની માતા, જાદુગર, બળવાન અને પર દુખ ભંજન વીરપુરુષને આધ્યસંસ્કારો કહે છે.

૩૨૬. પ્રવૃતીની દીશા પ્રમાણે વ્યકિતત્વના કેટલા પ્રકાર છે? કયા કયા?

જવાબ : બે પ્રકાર (૧)અંતર્મુખ વ્યકિતત્વ અને (૨)બહિર્મુખ વ્યકિતત્વ

૩૨૭. એરિક ફ્રોમના મતે વ્યકિત પોતાની સુષુપ્ત શકિતઓને કયારે સાર્થક બનાવી શકે?

જવાબ : વ્યકિતની સ્વતંત્ર બનવાની ઈચ્છા તીવ્ર બને અને તે ન્યાય અને સત્ય માટે પ્રયત્ન કરતો રહે ત્યારે

૩૨૮. માનવવાદી અભિગમમાં કોના સિદ્ધાંતો નોંધપાત્ર છે?

જવાબ : કાર્લ રોજર્સ અને મેસ્લોના

૩૨૯. ભગવદગીતા મુજબ રજોગુણમાં કયાં લક્ષણોનો સમાવેશ થાય છે?

જવાબ : ઘનિષ્ઠ પ્રવૃતી, ઈન્દ્રયોના ઉપભોગાની ઈચ્છા, આધ્યાત્મીક ઉન્નતીમા નીરસતા, પોતાના સ્થાનથી અસંતોષ, ઈર્ષા અને ભૌતીકવાદી માનસ

૩૩૦. ભગવદગીતા મુજબ તમોગુણમાં કયાં લક્ષણોનો સમાવેશ થાય છે?

જવાબ : તમો ગુણમાં માનસીક અસમતુલા, ક્રોધ, અહંકાર, ખિન્નતા, આળસ, લાસરીયાપણું અને લાચારી જેવાં લક્ષણોનો સમાવેશ થાય છે.

૩૩૧. વ્યકિતત્વ આકારણી એટલે શું?

જવાબ : વ્યકિતત્વ આકારણી એટલે અમુક વ્યકિતવ્યગુણોના આધારે વ્યકિતઓને મૂલવવાની કે તેમની વચ્ચેનો તફાવત ઓળખવાની કાર્યવાહીઓ.

૩૩૨. વ્યકિતત્વને આકારવા માટે કઈ રીતો વપરાય છે?

જવાબ : (૧)નિરિક્ષકના અહેવાલો (૨)પ્રક્ષેપણ પ્રવિધિઓ અને (૩)આત્મનિવેદન સ્વરૂપના વિવિધ માપો

૩૩૩. વ્યકિત માટે જુદી જુદી પરિસ્થિતિઓ ઊભી કરી એમાં એના વર્તનની નોંધ કરવાની રીતને શું કહે છે?

જવાબ : પરિસ્થિતિગત કસોટી

૩૩૪. પ્રક્ષેપણ પ્રવિધિઓ શા માટે વિકસાવવામાં આવી છે?

જવાબ : અજ્ઞાત કે અર્ધજ્ઞાત લાગણીઓ, આવેગો, મનોવલણો, પ્રેરણાઓ વગેરેને આકારવા માટે

૩૩૫. મીનેસોટા વિવિધલક્ષી વ્યકિતત્વ શોધનિકાની ચાર તુલાઓનું ગુજરાતી રૂપાંતર કોણે કર્યુ છે?

જવાબ : પ્રા. જગદીશ જોટવાણી

૩૩૬. આઈઝેન્કે વ્યકિતત્વ પ્રશ્નાવલી વડે કયાં ત્રણ પરિમાણોનું માપ કર્યુ છે?

જવાબ : (૧)અંતર્મુખ અને બહિર્મુખ વ્યકિતત્વ પરિમાણ

(૨)સ્થિર આવેગીય અને અસ્થિર આવેગીય વ્યકિતત્વ

(૩)મનોવિકૃતી

૩૩૭. રોરશાકે કઈ કસોટી વિકસાવી છે?

જવાબ : શાહીના ધાબાની

૩૩૮. આક્રમકતાના આવેશને વ્યકિત લશ્કરમાં જોડાઈ દુશ્મનો પર આક્રમણ કરીને સંતોષે તેનો અર્થ આપ શું કરો છો?

જવાબ : આક્રમકનુ ઊર્ધ્વીકરણ

૩૩૯. જુથની વ્યાખ્યા આપો.

જવાબ : જુથ કે અમુક કાર્ય કરવા માટે પરસ્પર સંકળાયેલી બે કે તેથી વધુ વ્યકિતઓનું બનેલુ સંગઠિત તંત્ર છે. તેના સભ્યોમાં ભૂમીકાના પરસ્પર સંબંધો હોય છે અને સભ્યોના વર્તનને નિયંત્રીત કરવા માટેનો નિશ્ચિત ધોરણો હોય છે.

૩૪૦. જુથનાં મુખ્ય લક્ષણો જણાવો.

જવાબ : (૧)આંતરક્રીયા કરવી (૨)પરસ્પરાવલંબન (૩)સમાન ઉદેશ્યો અને ધ્યેયો (૪) સંરચના અને (૫)ધોરણો

૩૪૧. જુથના પ્રકારો જણાવો.

જવાબ : (૧)પ્રાથમિક અને ગૌણ જુથો (૨)ઔપચારીક અને અનૌપચારીક જુથો તથા (૩)સ્વકીય અને પરકીય જુથ

૩૪૨. અન્યની હાજરીમાં કાર્યકર્તૃત્વ પર થયેલી વિધાયક અસરને શું કહે છે?

જવાબ : સામાજિક સુસાધ્યતા

૩૪૩. જૂથ બે કે તેથી વધુ વ્યકિતઓનું બનેલુ કેવુ એકમ છે?

જવાબ : સામાજિક

૩૪૪. જૂથ અસ્તિત્વમાં આવવા માટેની અનિવાર્ય શરત કઈ છે?

જવાબ : સભ્યો વચ્ચેની આંતરક્રીયા

૩૪૫. કયા જૂથનું મહત્વનું લક્ષણ મોઢામોઢનો અને નિકટનો સંબંધ છે?

જવાબ : પ્રાથમિક

૩૪૬. ઔપચારિક જૂથો મહદંશે કેવા જૂથો ગણાય છે?

જવાબ : ગૌણ

૩૪૭. અનુરૂપતા કોને વશ થવાની પ્રક્રીયા છે?

જવાબ : જૂથ દબાણ

૩૪૮. નેતૃત્વ કેવી પ્રક્રીયા છે?

જવાબ : સામાજિક

૩૪૯. કેવો નેતા જૂથના લક્ષ ખાતર વ્યકિતગત સ્વાર્થનું બલિદાન આપે છે?

જવાબ : કરિશ્માતી

૩૫૦. વ્યકિતની સામાજિક આંતરક્રીયા શેમાં થાય છે?

જવાબ : જૂથ

૩૫૧. જૂથને વ્યવસ્થિત કે સંગઠીત બનાવવા શેની આવશ્યકતા છે?

જવાબ : ધોરણો

૩૫૨. પ્રતિષ્ઠિત જૂથનું સભ્યપદ શેમાં અભિવૃદ્ધિ કરે છે?

જવાબ : સ્વખ્યાલમાં

૩૫૩. જૂથના સભ્યોનું એકબીજાને વળગી રહેવાના વલણને શું કહે છે?

જવાબ : જૂથ સંશકિત

૩૫૪. જૂથ સંશકિતનો અભ્યાસ કઈ પદ્ધતિ દ્વારા થાય છે?

જવાબ : સમાજમીતી

૩૫૫. જૂથની કઈ બાબત સભ્યો વચ્ચેનુ આવેગીક જોડાણ દર્શાવે છે?

જવાબ : સંલગ્નતા

૩૫૬. વ્યકિતની સામાજિકતા મૂલ્યો, વલણો, પ્રેરણાઓ અને આદર્શો કયા જૂથમાં વિકાસ પામે છે?

જવાબ : પ્રાથમીક

૩૫૭. કયા જૂથોમાં સભ્યો વચ્ચેના સંબંધો અવૈયકિતક, પરોક્ષ અને અમુક સમય પૂરતા મર્યાદિત હોય છે?

જવાબ : ગૌણ

૩૫૮. રાજકીય પક્ષ કેવું જૂથ ગણાય છે?

જવાબ : ઔપચારીક

૩૫૯. કુંટુંબ કેવા પ્રકારનું જૂથ છે?

જવાબ : અનૌપચારીક

૩૬૦. સામાજિક સુસાધ્યતા વિશે કોણે સંશોધનાત્મક અભ્યાસો કર્યા છે?

જવાબ : એફ.એચ. ઓલપોર્ટ

૩૬૧. સામાજિક કામચોરી અંગેના સંશોધનો કોણે કર્યા છે?

જવાબ : લેટની

૩૬૨. કોના અભ્યાસો એવું દશર્વિ છે કે સતાધીશ વડે હુકમો આપવામાં આવે તો સામાન્ય વ્યકિતઓ નિર્દોષ વ્યકિતને પણ ઈજા કરે છે?

જવાબ : મિલગ્રામ

૩૬૩. કયા નેતૃત્વનાં મુખ્ય લક્ષણોમાં વર્ચસ્વ અને આક્રમકતા હોય છે?

જવાબ : લોકશાહી

૩૬૪. પોષક કાર્ય નેતૃત્વ શૈલીનો ઉલ્લેખ કોણે કર્યો છે?

જવાબ : જય બી.પી. સિંહા

૩૬૫. કયા પ્રકારનું નેતૃત્વ જૂથના સભ્યોનુ વૃદ્ધિ – વિકાસને મદદ કરનારૂ છે?

જવાબ : પોષક કાર્ય

૩૬૬. કયા નેતૃત્વમાં નેતાની ભૂમીકા નિષ્ક્રિય નિરીક્ષકની હોય છે?

જવાબ : મુકત

૩૬૭. હિટલર કેવા પ્રકારનો નેતા હતો?

જવાબ : આપખુદ

૩૬૮. કરિશ્માતી નેતા કોને ગણવામાં આવે છે?

જવાબ : મહાત્મા ગાંધી

૩૬૯. કયા નેતૃત્વમાં નેતા અનુયાયીઓને જૂથના કલ્યાણ માટે વ્યક્તિગત બલિદાન આપવાની પ્રેરણા આપે છે?

જવાબ : કરિશ્માતી

૩૭૦. કયા નેતાઓ સમાજમાં સામૂલ પરિવર્તન કે ક્રાંતી લાવી શકે છે?

જવાબ : કરિશ્માતી

૩૭૧. કયા નેતાઓ પ્રત્યાયનની સર્વોતમ કુશળતા ધરાવતા હોય છે?

જવાબ : રૂપાંતરલક્ષી

૩૭૨. માનવીનુ અસ્તિત્વ ટકાવી રાખવા અને માનવીના વિકાસ માટે શું જરૂરી છે?

જવાબ : જૂથો

૩૭૩. કયા સમૂદાયને જૂથ કહેવાય?

જવાબ : નિશ્ચિત ભૂમીકા, દરજ્જો અને ધોરણો ધરાવતા સમૂદાયને જૂથ કહેવાય

૩૭૪. જૂથમાં કઈ બાબત કેન્દ્ર સ્થાને હોય છે?

જવાબ : સમાન ધ્યેય

૩૭૫. વ્યક્તિગત રીતે ન સંતોષી શકાય તેવાં કયા ધ્યેયો સિદ્ધ કરવામાં જૂથ મદદ કરે છે?

જવાબ : સતાની જરૂરીયાત કે સંલગ્નતાની જરૂરીયાત જેવા ધ્યેયો

૩૭૬. જૂથ-સંશક્તિ કઈ બાબતન સૂચન કરે છે?

જવાબ : પરસ્પર આત્મીયતાની લાગણીનું

૩૭૭. કયા પ્રકારનું સામ્ય કરવાથી જૂથ અભિવૃદ્ધિ પામે છે?

જવાબ : સમાન વસ્ત્રો, સમાન પ્રતીકો કે સમાન વસ્તુઓનો ઉપયોગ કરવાથી જૂથ અભિવૃદ્ધિ પામે છે.

૩૭૮. સમાજમિતી પદ્ધતી માં જૂથના સભ્યોએ શું દર્શાવવાનું હોય છે?

જવાબ : જૂથની કઈ વ્યક્તિઓ તેમને ગમે છે અને કઈ વ્યક્તિઓ ગમતી નથી તે સ્પષ્ટ દર્શાવવાનુ હોય છે.

૩૭૯. જૂથ ઘડતરને મદદરૂપ થતા ઘટકો કયા કયા છે?

જવાબ : (૧)સમીપતા (૨)સમાનતા (૩)સમાન ધ્યેયો અને (૪)જૂથ-સંશક્તિ

૩૮૦. જૂથ સંશકિતને અસર કરતા ઘટકો કયા કયા છે?

જવાબ : (૧)આકર્ષકતા (૨)પ્રવાસોનુ પ્રમાણ (૩)બાહય ધમકીઓ અને ગંભીર સ્પર્ધા (૪)જૂથની સંલગ્નતા

૩૮૧. વ્યકિતનું જૂથ પ્રત્યેનું આકર્ષણ કયારે વધુ હોય છે?

જવાબ : વ્યકિતીએ જૂથનુ સભ્યપદ મેળવવા માટે વધુ પ્રયાસો કરવા પડયા હોયતો વ્યકિતનું જૂથ પ્રત્યેનું આકર્ષણ વધુ હોય છે.

૩૮૨. પ્રાથમીક જૂથનું સંચાલન કઈ રીતે થાય છે?

જવાબ : પ્રાથમીક જૂથનું સંચાલન અને નિયમન આપણાપણાની ભાવનાથી થાય છે.

૩૮૩. ગૌણ જૂથનું સંચાલન કઈ રીતે થાય છે?

જવાબ : ચોકકસ પ્રકારના નિતિનીયમો અને આચારસંહીતા દ્ધારા

૩૮૪. જૂથનું સંચાલન કયારે બરાબર થાય છે?

જવાબ : સભ્યોના કાર્યો ફરજો, ભૂમીકાઓ, દરજ્જો વગેરે ઔપચારીક રીતે નકકી થયેલા હોય ત્યારે

૩૮૫. ઘણીવાર વ્યકિતઓ અન્ય વ્યકિતઓને પોતાના જૂથમાં સમાવી લે છે તેને કેવુ જૂથ કહે છે?

જવાબ : સ્વકીય

૩૮૬. અન્ય વ્યકિતઓને બીજા જૂથમાં મૂકવામાં આવે તેને કેવું જૂથ કહેવામાં આવે છે?

જવાબ : પરકીય

૩૮૭. પરકીય જૂથનો તફાવત કયાં લક્ષણો પર આધારીત છે?

જવાબ : જાતી, ધર્મ, ઉંમર, વ્યવસાય વગેરે

૩૮૮. અન્યની હાજરીમાં કાર્ય કર્તૃત્વ પર થતી વિપરીત અસરને શું કહે છે?

જવાબ : સામાજિક નિરોધન

૩૮૯. સામાજિક અસરના પ્રયત્નોમાં કઈ બાબતો બદલવાનાં પ્રયત્નો થાય છે?

જવાબ : વ્યકિતની માન્યતાઓ, પ્રત્યક્ષીકરણ, મનોવલણો અથવા વર્તનને બદલવાના પ્રયત્નો થાય છે.

૩૯૦. એક વ્યકિત અન્ય વ્યકિતને વિનંતી કરે તેના પ્રતિભાવ રૂપે ઊપજતી સામાજિક અસરને શું કહે છે?

જવાબ : સંમતી કે અનુવર્તન

૩૯૧. કઈ વસ્તુઓને વધુ મૂલ્યમાન ગણવામા આવે છે?

જવાબ : જે વસ્તુઓની અછત હોય અથવા જે બજારમાં અપ્રાપ્ય હોય તે વસ્તુઓને સરળતાથી મળતી વસ્તુઓ કરતા વધુ મૂલ્યવાન ગણવામા આવે છે.

૩૯૨. જૂથના સભ્યો સાથે નેતાની કાર્થ કરવાની રીતને શું કહે છે?

જવાબ : નેતૃત્વની શૈલી

૩૯૩. નેતૃત્વ વિશે કયા બે અભિગમો મહત્વના છે?

જવાબ : (૧)કાર્યલક્ષી અભિગમ અને (૨)સંબંધલક્ષી અભિગમ

૩૯૪. કઈ વ્યકિતઓને આપખુદ નેતા ગણવામા આવતા હતા?

જવાબ : હિટલર, સ્ટેલીન, લેનીન વગેરે

૩૯૫. કયા દેશોમાં લોકશાહી નેતૃત્વ પ્રવર્તે છે?

જવાબ : ભારત, ઇંગ્લેન્ડ, અમેરીકા વગેરે

૩૯૬. પોષક કાર્થ નેતૃત્વમાં કયા બે મુખ્ય ઘટકો છે?

જવાબ : (૧)કાર્થ સાથેનો સંબંધ અને (૨)પોષણલક્ષી અભિગમ

૩૯૭. કયા કરિશ્માતી નેતાઓએ વિશ્વનો ઈતિહાસ બદલી નાખ્યો છે?

જવાબ : મહાત્મા ગાંધી, કેનેડી, રૂઝવેલ્ટ, ચર્ચિલ, ઇંદીરા ગાંધી વગેરે

૩૯૮. કરિશ્માતી નેતા લોકોમાં કઈ લાગણી જન્માવે છે?

જવાબ : સમર્પણ, વફાદારી અને સન્માનની

૩૯૯. કઈ નેતૃત્વ શૈલી સારી ગણાય છે?

જવાબ : પરિસ્થિતી સાથે બંધબેસતી આવે તે નેતૃત્વ શૈલી સારી ગણાય છે

૪૦૦. જન સમૂદાયને શું કહે છે?

જવાબ : ભૌતીક સમીપતા ધરાવતો સમૂદાય

૪૦૧. કયા પ્રકારના નેતાઓ કડક શિસ્ત, બળજબરી અને સતા પ્રત્યેના આદરમાં માને છે?

જવાબ : આપખુદ નેતાઓ

૪૦૨. મનોવલણો સાપેક્ષ રીતે કેવાં હોય છે?

જવાબ : સ્થિર

૪૦૩. વિચારણા અને વર્તનને કોણ દોરે છે?

જવાબ : મનોવલણો

૪૦૪. મનોવલણો સંપાદીત કેવી રીતે થાય છે?

જવાબ : વિવિધ પ્રકારની શિક્ષણપદ્ધતિઓ હ્વારા

૪૦૫. મનોવલણના ત્રણેય ઘટકો એકજ દિશામાં હોય ત્યારે તેમાં શું લાવવુ મુશ્કેલ છે?

જવાબ : પરિવર્તન

૪૦૬. કોની તુલાને સંમિલિત મૂલ્યકરણની તુલા કહેવામાં આવે છે?

જવાબ : લિકર્ટ

૪૦૭. પૂર્વગ્રહ જયારે બાહય વર્તનમાં અભિવ્યકત થાય છે ત્યારે તેને શું કહે છે?

જવાબ : ભેદભાવ

૪૦૮. અમૂક જૂથ પ્રત્યેનું નિષેધક અને પક્ષપાતી મનોવલણ કયુ છે?

જવાબ : પૂર્વગ્રહ

૪૦૯. રૂઢખ્યાલો સામાજિક જૂથોમાં રહેલી કઈ બાબતને અવગણે છે?

જવાબ : વિવિધતા

૪૧૦. આરોપણના સિદ્ધાંતનો સ્થાપક કોણ છે?

જવાબ : ફ્રીત્ઝ હાઈડર

૪૧૧. કયુ વર્તન અન્ય લોકોને અને સમાજને લાભકર્તા હોય છે?

જવાબ : સમાજાભિમુખ

૪૧૨. શાસ્ત્રીય અભિસંધાનનો પ્રયોગ કયા મનોવૈજ્ઞાનીકે કર્યો છે?

જવાબ : પાવલોવ

૪૧૩. શેનાથી વિધાયક મનોવલણ વિકાસ પામે છે?

જવાબ : શાસ્ત્રીય અભિસંધાન

૪૧૫. માધ્યમીક શાળાના વિદ્યાર્થીઓ કોને માહિતી મેળવવાના સૌથી અગત્યના સાધન તરીકે સ્વીકારે છે?

જવાબ : ટેલીવીઝન

૪૧૬. સ્ત્રી સ્વાતંત્ર્ય પ્રેમલગ્ન અને છુટાછેડા પ્રત્યેના મનોવલણો માં કઈ ખાસિયતને કારણે પરિવર્તન આવતું નથી?

જવાબ : આંતરસંબંધ

૪૧૭. પૂર્વગ્રહ બાહ્ય વર્તનમાં અભિવ્યકિત થાય ત્યારે શું કહેવાય?

જવાબ : ભેદભાવ

૪૧૮. જૂથસંઘર્ષના ઉદભવ માટેનાં પ્રયોગ કોણે કર્યા હતા?

જવાબ : મુઝાફર શેરીફ

૪૧૯. કઈ માનસીક પ્રકીયા દ્વારા માનવી સામાજિક જગત અને સામાજિક પરિસ્થિતિનો અર્થ કરે છે?

જવાબ : સામાજિક બોધન

૪૨૦. કાર્યકારણ આરોપણનું નવું પરિમાણ કોણે ઉમેર્યું હતુ?

જવાબ : વિનર

૪૨૧. મનોવલણની પ્રચલીત તુલા પદ્ધતિઓ કોણે વિકસાવી હતી?

જવાબ : થર્સ્ટોર્ન

૪૨૨. આપણે સામાજિક જગતનાં વિવિધ પાસાઓનો અર્થ કરી તેનું બોધન કરવાની માનસીક પ્રકીયાને શું કહે છે?

જવાબ : સામાજિક બોધન

૪૨૩. આંતરજૂથ સંઘર્ષના કયાં પરિણામો આવી શકે છે?

જવાબ : સામાજિક વિક્ષેપ, આતંકવાદ અને યુદ્ધ જેવાં પરિણામો આવી શકે છે.

૪૨૪. મનોવલણ એટલે શું?

જવાબ : મનોવલણ એટલે અમુક વસ્તુ કે પરિસ્થિતિ પ્રત્યે વિશિષ્ટ રીતે વિચારવાની, લાગણી અનુભવવાની અને પ્રતીક્રીયા કરવાની પૂર્વવૃતી.

૪૨૫. મૂલ્યાંકનલક્ષી મનોવલણો કઈ બાબત સંકળાયેલા છે?

જવાબ : જટિલ માન્યતાઓ, લાગણીઓ અને વર્તનો સાથે સંકળાયેલા છે.

૪૨૬. મનોવલણનાં મુખ્ય બે લક્ષણો કયા છે?

જવાબ : (૧)મનોવલણો સ્થિર હોય છે અને (૨)મનોવલણો સ્વભાવગત હોય છેં

૪૨૭. મૂલ્યકરણ તુલાઓ એટલે શું?

જવાબ : મૂલ્યકરણ તુલાઓમાં ઉતરદાતાએ અમુક વિધાન સાથે તે કેટલે અંશે સંમત થાય છે કે અસંમત તે દર્શાવવાનું હોય છે.

૪૨૮. કયા કયા મનોવૈજ્ઞાનિકોએ મનોવલણના માપન માટે તુલાઓ વિકસાવી છે?

જવાબ : લિકર્ટ, થર્સ્ટોર્ન અને બોગાર્ડસ

૪૨૯. મનોવલણ ઘડતરની પ્રક્રીયા કયારથી શરૂ થાય છે?

જવાબ : મનોવલણ ઘડતરની પ્રક્રીયા કોઈ વસ્તુ પ્રત્યે કઈ પણ મનોવલણ ન હોવાથી શરૂ થાય છે.

૪૩૦. મનોવલણ સંપાદિત કરવાની પ્રક્રીયામાં શિક્ષણની કઈ ત્રણ મૂળભૂત પદ્ધતીઓ છે?

જવાબ : (૧)શાસ્ત્રીય અભિસંધાન (૨)કારક અભિસંધાન અને (૩)નિરિક્ષણાત્મક શિક્ષણ

૪૩૧. કેવાં મનોવલણો સંપાદિત થાય છે?

જવાબ : જે મનોવલણો માતાપીતા, શિક્ષકો, મિત્રો વગેરે મહત્વની વ્યકિતઓ દ્વારા પુરસ્કૃત કરવામાં આવે છે.

૪૩૨. પુરસ્કારની વ્યકિત પર શી અસર થાય છે?

જવાબ : પુરસ્કારનથી વ્યકિત ઝડપથી વિશિષ્ટ દ્દષ્ટિબિંદુ અપનાવે છે.

૪૩૩. મનોવલણના ઘડતર સાથે સંબંધીત પર્યાવરણના કયા કયા પાસાઓ છે?

જવાબ : (૧)કુટુંબ (૨)સંદર્ભ જુથો (૩)પ્રત્યક્ષ વ્યકિતગત અનુભવ અને (૪)સંચાર માધ્યમો

૪૩૪. બાળકો માટેનાં સંદર્ભ જુથો કયા છે?

જવાબ : શિક્ષકો, પોલીસમેન, દુકાનદારો, સમવયસ્કો વગેરે

૪૩૫. મનોવલણમાં પરિવર્તન લાવનાર ઘટકોના કયા બે વર્ગો છે?

જવાબ : (૧)મનોવલણની ખાસીયતો અને (૨)પ્રત્યાયનના ઘટકો

૪૩૬. કયા મનોવલણો વધુ સ્થિર હોય છે?

જવાબ : જો વ્યકિત નું મનોવલણ મિત્રો સાથેના સંબંધો અથવા જીવનના લક્ષ્યો સાથે સંકળાયેલું હોય તો તે વધુ સ્થિર હોય છે.

૪૩૭. રૂઢખ્યાલો એટલે શું?

જવાબ : રૂઢખ્યાલો એટલે જુદાં જુદાં જુથો વિશેની પૂર્વનિર્ધારીત માન્યતા ઓ. દા.ત. માંજરી આંખોવાળી વ્યકિત લુચ્ચી હોય છે.

૪૩૮. પૂર્વગ્રહોનું ભાવાત્મક પાસુ શું સુચવે છે?

જવાબ : પૂર્વગ્રહોનું ભાવાત્મક પાસું અમુક વંશ,ધર્મ,જ્ઞાતી,પ્રદેશ કે સમુદાય પ્રત્યેના અણગમો અને નિષેધક આવેગો સૂચવે છે.

૪૩૯. નિષેધક લાગણીઓ શેના પર આધારીત હોય છે?

જવાબ : જૂથો વિશેની પૂર્વ નિર્મિત માન્યતાઓ અને કેટલાક વ્યકિતગત દુઃખદ અનુભવો પર આધારીત હોય છે.

૪૪૦. પૂર્વ ગ્રહોનું વાર્તનીક પાસું શેનો નિર્દેશ કરે છે?

જવાબ : અમુક જુથ પ્રત્યેના વિશિષ્ટ વર્તનનો

૪૪૧. સામાજિક બોધનની અગત્યની રીત કઈ છે?

જવાબ : કાર્યકારણના આરોપણની

૪૪૨. સાદું દોષારોપણ શેના પર આધારીત હોય છે?

જવાબ : સાદું દોષારોપણ કે પ્રશંસા તેમના ઈરાદાઓ અને શકિતઓનાં પ્રત્યક્ષીકરણ પર આધારીત હોય છે.

૪૪૩. કર્તાલક્ષી અભિગમ એટલે શું?

જવાબ : વ્યકિતના પોતાના વર્તનનું કાર્યકરણ આરોપણ એ કર્તાલક્ષી અભિગમ છે.

૪૪૪. વ્યકિત અન્યના વર્તનનું કાર્યકરણ આરોપણ કરે એ કયો અભિગમ છે?

જવાબ : નિરિક્ષણલક્ષી

૪૪૫. વ્યકિતનું પોતાના વર્તન માટે બાહય ઘટકોને કારણ ગણવાનું વલણ અને અન્યના વર્તન માટે આંતરીક ઘટકોને કારણ ગણવાના વલણને શું કહે છે?

જવાબ : મૂળભૂત આરોપણ ભૂલ

૪૪૬. કોઈ પણ પ્રકારના સ્વાર્થ વિના કરવામાં આવેલા કાર્ય ને શું કહેવાય?

જવાબ : પરોપકાર

૪૪૭. સમાજાભિમુખ વર્તન કયા ઘટકો પર આધાર રાખે છે?

જવાબ : (૧)લાગણીની અસ્વથા (૨)કિંમત (૩)મદદ મેળવનારની પાત્રતા (૪)નમુનાને અનુસરવુ અને (૫)જવાબદારીનું વિઘટન

૪૪૮. આરોપણ સિદ્ધાંતના સ્થાપકનું નામ જણાવો.

જવાબ : ફ્રોત્ઝ હાઈડર

૪૪૯. ભારતના વડા પ્રધાન થવાની લાયકાત સ્ત્રીઓ ધરાવે છે? મનોવલણ સર્વક્ષણમાં આ કેવા પ્રકારનો પ્રશ્ન છે?

જવાબ : બંધ પ્રકારનો

૪૫૦. કેવાં મનોવલણો જલ્દી બદલાતા નથી?

જવાબ : દ્રઢ કે સાત્યંતિક

૪૫૧. કેવા વ્યકિતઓ સફળ, સુખી અને સંતુષ્ટ હોય છે?

જવાબ : જે વ્યકિતઓ પરિવર્તન સાથે તાલ મિલાવી સુમેળ સાધી શકે છે તે વ્યકિતઓ સફળ, સુખી અને સંતુષ્ટ હોય છે.

૪૫૨. આપણી જાત અને આપણા પર્યાવરણ વચ્ચે ચાલતી આંતરક્રીયાના પરિણામને શું કહે છે?

જવાબ : સમાયોજન

૪૫૩. મનોભાર આધારીત શારીરીક પ્રતિક્રિયાનું ઉદભવસ્થાન મગજના કયા ભાગમાં થાય છે?

જવાબ : હાઈપોથેલેમસ

૪૫૪. મનોભારને કેવી સમસ્યા ગણવામાં આવે છે?

જવાબ : પુનરાવર્તિત

૪૫૫. ધરતીકંપ એ કેવો મનોભારાક છે?

જવાબ : પર્યાવરણજન્ય

૪૫૬. હતાશાને કેવો મનોભારક ગણવામાં આવે છે?

જવાબ : મનોવૈજ્ઞાનિક

૪૫૭. કેવો મનોભાર વ્યકિત માટે અંગત અને વિશિષ્ટ હોય છે?

જવાબ : મનોવૈજ્ઞાનિક

૪૫૮. કઈ પ્રવિધિમાં વ્યકિત મનોભાર સાથે પ્રત્યક્ષ કામ કરે છે?

જવાબ : સમસ્યાકેન્દ્રિત

૪૫૯. કોણ અંતઃસ્ત્રાવી ગ્રંથીઓનો અભ્યાસી હતો?

જવાબ : હાન્સ સેલી

૪૬૦. વિધાયક સ્વાસ્થ્ય અને સુખાકારી ને સુસાધ્ય બનાવતા મુખ્ય બે ઘટકો કયા છે?

જવાબ : (૧)આહાર અને (૨)કસરત

૪૬૧. ધમકી, હતાશા કે સંઘર્ષની એવી પરિસ્થિતિ જે વ્યકિતની શારીરિક કે માનસીક શકિત પર ભારરૂપ બને તેને શું કહે છે?

જવાબ : મનોભાર

૪૬૨. મૂલ્યાંકનને બે તબકકાઓમાં કોણે વર્ગીકૃત કર્યા છે?

જવાબ : રિચાર્ડ લેઝારસ

૪૬૩. એકલતા, સંબંધોમાં તિરાડ વગેરે કયા પ્રકારના મનોભારક કહેવાય?

જવાબ : સામાજિક

૪૬૪. પસ્તાવો, આઘાત વગેરે કયા પ્રકારના મનોભારક કહેવાય?

જવાબ : મનોવૈજ્ઞાનિક

૪૬૫. કયા શરીર વૈજ્ઞાનિકે સ્વયંસંચાલીત ચેતાતંત્રની સમગ્ર પ્રકીયાનું વૈજ્ઞાનિક વર્ણન કર્યુ છે?

જવાબ : વોલ્ટર કેનન

૪૬૬. કયા પ્રકારના મનોભારની નિષેધક અસર સૌથી તીવ્ર અને હાનીકારક હોય છે?

જવાબ : મોટા આઘાતજનક બનાવો

૪૬૭. કઈ પ્રતીકીયાથી આવેગાત્મક મનોભાર અને પીડામાં રાહત થાય છે?

જવાબ : રડવું

૪૬૮. મનોભારની શારીરીક પ્રતિક્રિયાઓની સમજુતી કયા મનોવૈજ્ઞાનીકે સામાન્ય અનુકુલન લક્ષણગુચ્છના સિદ્ધાંત વડે આપી છે?

જવાબ : હાન્સ સેલી

૪૬૯. અંતઃસ્ત્રાવી ગ્રંથીઓનો અભ્યાસી કોણ હતો?

જવાબ : હાન્સ સેલી

૪૭૦. કઈ કસરતો વ્યકિતની સહનશકિત અને મનોભારના પ્રતિકારની શકિતમાં વધારો કરે છે?

જવાબ : ધ્યાન અને ઝેન

૪૭૧. ઈજનેરીમાં 'stress' શબ્દનો અર્થ શું થાય છે?

જવાબ : ભૌતીક પદાર્થ પર લગાડેલ બાહ્યબળ

૪૭૨. કેવી વ્યકિતઓનું સમાયોજન તંત્ર નબળું રહી જાય છે?

જવાબ : જે વ્યકિતઓએ ક્યારેય મનોભારનો અનુભવ કર્યો નથી તેનું સમાયોજન તંત્ર નબળું રહી જાય છે.

૪૭૩. રિચાર્ડ લેઝારસે મૂલ્યાંકનના કયા બે તબકકાઓ વર્ણવ્યા છે?

જવાબ : (૧)પ્રાથમિક મૂલ્યાંકન અને (૨)દ્વૈતીયીક મૂલ્યાંકન

૪૭૪. દ્વૈતીયીક મૂલ્યાંકનના તબકકામાં વ્યકિત શેનું મૂલ્યાંકન કરે છે?

જવાબ : આમાં વ્યકિત મનોભારને પહોચી વળવા માટે પ્રાપ્ય વ્યકિતગત અને સામાજિક સંસાધનો વિશેનું મૂલ્યાંકન કરે છે.

૪૭૫. મનોભારને ઉત્પન્ન કરનાર વૈવિધ્યપૂર્ણ બાહ્ય અને આંતરીક ઉદીપકના સમૂહને શું કહે છે?

જવાબ : મનોભારક

૪૭૬. મનોભારકો કયા મુખ્ય ત્રણ પ્રકારના છે?

જવાબ : (૧)બાહ્ય પર્યાવરણજન્ય (દા.ત.ઘોંઘાટ, હવા,પ્રદુષણ)(૨)સામાજિક (દા.ત. એકલતા, સંબંધોમાં તિરાડ) (૩)મનોવૈજ્ઞાનિક (દા.ત. પસ્તાવો,સંઘર્ષ,હતાશા,દબાણ)

૪૭૭. મનોભારકો મનોભારની કઈ પ્રતીકીયામાં પરિણમે છે?

જવાબ : (૧)શારીરીક (૨)વાર્તનીક કે બોધાત્મક (૩)આવેગાત્મક પ્રતિક્રિયાઓ

૪૭૮. મનોભાર માટેનો અંગ્રેજી શબ્દ 'stress' કયા વિજ્ઞાનનો છે?

જવાબ : પ્રાકૃતીક

૪૭૯. સ્વયંસંચાલીત ચેતાતંત્ર ક્યારે કાર્યરત થઈ જાય છે?

જવાબ :બાહ્ય ધમકીનો અનુભવ થતા તે પરિસ્થિતિને પહોચી વળવા વધારાની શકિત અને તાત્કાલીક પ્રતીકીયા કરવાની બંને જરૂરીયાતો સંતોષવા સ્વયંસંચાલીત ચેતાતંત્ર કાર્યરત થાય છે.

૪૮૦. વોલ્ટર કેનન શરીર વૈજ્ઞાનીકે સ્વયંસંચાલીત ચેતાતંત્રની પ્રકીયાનું વૈજ્ઞાનીક વર્ણન કઈ સાલમાં કર્યું?

જવાબ : ૧૯૨૦

૪૮૧. વોલ્ટર કેનન અંતઃસ્ત્રાવી ગ્રંથીઓની પ્રતિક્રિયાને કયા નામે ઓળખાવે છે?

જવાબ : સામનો કે પલાયનની પ્રતીક્રીયા

૪૮૨. હાઈપોથેલેમસ કટોકટીના સમયે કયા બે મુખ્ય માર્ગો દ્વારા પ્રતિક્રિયા શરૂ કરે છે?

જવાબ : (૧)સ્વયંસંચાલીત ચેતાતંત્ર દ્વારા અને (૨)મસ્તિષ્ક ગ્રંથીને પ્રવૃત કરીને

૪૮૩. સ્વયંસંચાલીત તંત્રના કયા બે ભાગ છે?

જવાબ : (૧)અનુકંપી ચેતાતંત્ર અને (૨)પરાનુકંપી ચેતાતંત્ર

૪૮૪. લાંબા સમય સુધી મનોભાર રહે તો કઈ સમસ્યાઓ ઉદભવે છે?

જવાબ : વ્યકિત કુસુમાયોજિત વર્તન કરે છે, જેને કારણે ચીડીયાપણું શિથિલતા, અધીરાઈ વગેરે સમસ્યાઓ ઉદભવે છે.

૪૮૫. કયા શારીરિક રોગોનાં પાયામાં મનોભાર કારણરૂપ હોય છે?

જવાબ : હદયરોગ, મધુપ્રમેહ,દમ, ચામડીના રોગો, લોહીના દબાણના રોગો વગેરે

૪૮૬. મનોભારનાં ઉદભવસ્થાનોને કયા ત્રણ વિભાગમાં વિભાજિત કરવામાં આવે છે?

જવાબ : (૧)મોટા આઘાતજનક બનાવો (૨)તાજેતરની જીવન ઘટનાઓ અને (૩)રોજ બરોજની મુશ્કેલીઓ

૪૮૭. કુટુંબીજનનું મૃત્યુ ,લાંબી કે ગંભીર માંદગી તંત્ર સંબંધો છુટાછેડા,વેરભાવના સેવતા પાડોશીઓ, સ્નેહીજનોનો વિયોગ વગેરે કેવા મનોભારકો છે?

જવાબ : સામાજિક

૪૮૮. સંઘર્ષના ચાર પ્રકારો કયા છે?

જવાબ : (૧)ઉપાગમન-ઉપાગમન (૨)પરિહરણ-પરિહરણ (૩)ઉપાગમન-પરિહરણ અને (૪) બેવડો ઉપાગમન-પરિહરણ સંઘર્ષ

૪૮૯. પ્રવૃતીનું પ્રેરકબળ કોને ગણવામાં આવે છે?

જવાબ : જરૂરીયાતોને

૪૯૦. દબાણના કેન્દ્રમાં કઈ બાબતો હોય છે?

જવાબ : મહત્વકાંક્ષાઓ અને જીવનલક્ષ્યો

૪૯૧. કઈ મનોભારજનક પરિસ્થિતિ લાંબા સમય સુધી ચાલુ રહે તો તે સ્વાસ્થ્યને માટે હાનિકારક પુરવાર થાય છે?

જવાબ : ગરીબી, બેકારી,સહકર્મચારીઓનો અસહકાર, સાંધાનો દુઃખાવો વગેરે

૪૯૨. મનોભારને પહોચી વળવુ એટલે શું?

જવાબ : મનોભારની નિષેધક અસરોને ટાળવા માટે પર્યાવરણની માંગને સંતોષવાના પ્રયત્નો કરવા

૪૯૩. મનોભારને પહોચી વળવાની પ્રવિધીઓને કયા ત્રણ વિભાગમાં વર્ગીકૃત કરવામાં હોય છે?

જવાબ : (૧)સમસ્યા કેન્દ્રીત – કાર્યકેન્દ્રીત પ્રવિધિઓ (૨)આવેગકેન્દ્રીત પ્રવિધિઓ અને (૩)અહમબચાવ કેન્દ્રીત પ્રવિધીઓ

૪૯૪. વ્યકિત જે પ્રાપ્ત કરવા ઈચ્છતી હોય તેનો એક નાનકડો ભાગ મળે તો પણ તેનો સ્વીકાર કરવાની વૃતી ને શું કહે છે?

જવાબ : સમાવેશન

૪૯૫. હાન્સ સેલીના મત મુજબ અનુકુલનમાં કયા ત્રણ તબકકાઓનો સમાવેશ થાય છે?

જવાબ : (૧)ચેતવણી તબકકાઓ (૨)પ્રતિકારનો તબકકો (૩)પરિશ્રાંતિ (થાક) નો તબકકો

૪૯૬. કયા તબકકામાં મનોભારની પ્રતિક્રિયારૂપે શારીરીક ફેરફારોનો સમાવેશ થાય છે?

જવાબ : ચેતવણી

૪૯૭. કયા તબકકામાં શરીરની શકિતઓ મનોભારકોનો સામનો કરવા સજજ બને છે?

જવાબ : પ્રતિકાર

૪૯૮. કયા તબકકામાં શરીરની તમામ શકિતઓ ખર્ચાઈ જાય છે અને તે મનોભારકોનો સામનો કરવા અસમર્થ બને છે?

જવાબ : પરિશ્રાંતી

૪૯૯. હાન્સ સેલીના સિદ્ધાંતની ટીકા કેમ થઈ છે?

જવાબ : તેણે પ્રાણીઓ પર પ્રયોગો કરી તારણ તારવ્યા હોવાથી તેમાં બોધાત્મક મૂલ્યાંકન કે મનોવૈજ્ઞાનિક પરિબળોની ભૂમીકાની અવગણના કરાઈ છે તેથી.

૫૦૦. વ્યકિતત્વ ની કઈ લાક્ષણીકતાઓને આધારે મનોભારજનક પરિસ્થિતિની અસર હળવી થાય છે?

જવાબ : (૧)આશાવાદ (૨)મકકમતા-દ્રઢતા અને (૩)અનાસકિત

૫૦૧. આયુર્વેદમાં જીવનશૈલીના કયા ચાર મહત્વપૂર્ણ સિદ્ધાંતોનું વર્ણન છે?

જવાબ : (૧)પોષક આહાર (૨)યોગ્ય વિહાર (મનોરંજન) (૩)સારો આચાર અને (૪)સારા વિચાર

૫૦૨. સ્વાસ્થ્યની સામાન્ય વ્યાખ્યા શું છે?

જવાબ : શારીરિક માંદગીની ગેરહાજરી

૫૦૩. વિશ્વ સ્વાસ્થ્ય સંગઠને (WHO) સ્વાસ્થ્યની કઈ વ્યાખ્યા આપી છે?

જવાબ : સ્વાસ્થ્ય એ સંપુર્ણ શારીરિક, માનસીક, સામાજિક અને આધ્યાત્મીક સુખાકારીની અવસ્થા છે. નહિ કે માત્ર રોગ કે પંગુતાની ગેરહાજરી.

૫૦૪. આયુર્વેદમાં સ્વાસ્થ્યની કઈ વ્યાખ્યા આપી છે?

જવાબ : સ્વાસ્થ્ય એટલે જેમાં તન,મન અને આત્માનું સંતુલન અને સુસંગતતાની અવસ્થા તેમજ માંદગી એટલે આ ત્રણેની અસંતુલનની અવસ્થા.

૫૦૫. વિધાયક સ્વાસ્થ્યને અને સુખાકારીને સુસાધ્ય બનાવતા મુખ્ય ઘટકો કયા છે?

જવાબ : (૧)આહાર અને (૨) કસરત

૫૦૬. કઈ કસરતો મનને શાંત કરી તનને ઉતેજિત કરી સ્ફૂર્તી આપે છે?

જવાબ : યોગાસન, એરોબિકસ, સાઈકલ ચલાવવી, દોડવું, તરવુ વગેરે

૫૦૭. કસરત શા માટે આવશ્યક છે?

જવાબ : કસરતથી હૃદય, ફેફસા, સ્નાયુઓ, શ્વસનતંત્ર અને કોલેસ્ટરોલ ની માત્રાનું નિયમન અને નિયંત્રણ થાય છે. જે આરોગ્ય ની સુખાકારી માટે આવશ્યક છે.

૫૦૮. મનોભારથી બચવાનો સૌથી શ્રેષ્ઠ ઉપાય કયો છે?

જવાબ : મનોભારથી બચવાનો સૌથી શ્રેષ્ઠ ઉપાય વ્યકિતએ પોતાની જાતને તૈયાર કરવાની હોય છે. તે જ સૌથી વધુ વિશ્વસનીય વિકલ્પ છે.

૫૦૯. મનોરોગો માટે નું આંતરરાષ્ટ્રીય વર્ગીકરણ કઈ સંસ્થા દ્વારા તૈયાર કરવામાં આવે છે?

જવાબ : વિશ્વ આરોગ્ય

૫૧૦. અસાધારણ વર્તન જન્મવા માટે કયા કારણો જવાબદાર હોય છે?

જવાબ : (૧)જૈવીક (૨)મનોવૈજ્ઞાનિક અને (૩)સામાજિક-સાંસ્કૃતીક ઘટકો

૫૧૧. અસાધારણ વર્તન જન્માવનારા ઘટકોને કેવા ઘટકો તરીકે ઓળખવામાં આવે છે?

જવાબ : પૂર્વપ્રવર્તક ઘટકો અને અવક્ષેપક ઘટકો

૫૧૨. સામાન્યીકૃત ચિંતાને બીજા કયા નામે ઓળખવામાં આવે છે?

જવાબ : મુકત રીતે તર્યા કરતી ચિંતા

૫૧૩. ભયની વિકૃતીના મુખ્ય કેટલા પ્રકારો પાડવામાં આવે છે?

જવાબ : ત્રણ

૫૧૪. કયા પ્રકારની વિકૃતીમાં ખિન્નતા અને ઉન્મતતા બંનેના તબકકાઓ જોવા મળે છે?

જવાબ : દ્વિધ્રુવી

૫૧૫. આહારસંબંધી વિકૃતીના કયા બે પ્રકારો છે?

જવાબ : આહાર સંબંધી અરુચી અને ખાઉધરાપણુ

૫૧૬. મનોદુર્બળ બાળકોનો બુદ્ધિઆંક કેટલો હોય છે?

જવાબ : ૭૦ કે તેથી ઓછો

૫૧૭. મુકત રીતે તર્યા કરતી ચિંતા બીજા કયા નામથી ઓળખાય છે?

જવાબ : સામાન્વીકૃત વિકૃત ચિંતા

૫૧૮. કોના મત મુજબ સામાજિક વિકૃતભય પૌગંડાવસ્થા દરમીયાન વિકસે છે?

જવાબ : હિર્શફેલ્ડ તથા જેફરસન

૫૧૯. કેટલીક વ્યકિતઓ જાહેરમાં પ્રવચન કરતી વખતે ભય અનુભવે છે. આ કયા પ્રકારનો ભય છે?

જવાબ : સામાજિક વિકૃતભય

૫૨૦. રેલ્વે,ટ્રેન,એરોપ્લેન વગેરેના ભયનો સમાવેશ કયા પ્રકારના ભયમાં થાય છે?

જવાબ : પરિસ્થિતિજન્ય વિકૃતભય

પ૨૧. વાવાઝોડાં,પાણી,ઊંચી જગ્યાના ભયનો સમાવેશ કયા પ્રકારના ભયમાં થાય છે?

જવાબ : નૈસર્ગીક પર્યાવરણ સાથે સંબંધીત વિકૃતભય

પ૨૨. નૈસર્ગીક પર્યાવરણ સાથે સંબંધીત વિકૃતભય નું વર્ગીકરણ કોણે કર્યુ છે?

જવાબ : ફ્રેડરીક

પ૨૩. કુતરા,સાપ,જીવજંતુ વગેરેના ભયનો સમાવેશ કયા પ્રકારના ભયમાં થાય છે?

જવાબ : પ્રાણીઓ સાથે સંકળાયેલા ભય

પ૨૪. મનોવિકૃતીઓનાં નિધન અને વર્ગીકરણ માટે કઈ બે પદ્ધતીઓ વિશ્વભરના નિષ્ણાંતોમાં પ્રચલીત છે?

જવાબ : (1)ICD (2)DSM (3) WHO (4) APA

પ૨૫. ICD નું પુરૂ નામ શું છે?

જવાબ : International classification of diseases

પ૨૬. વર્તમાનમાં ICD નું કયું વર્ગીકરણ પ્રચલીત છે?

જવાબ : ICD-10th -1993

પ૨૭. લોહી જોવાના પ્રસંગે ઊભા થતા ભયનો સમાવેશ કયા પ્રકારના ભયમાં થાય છે?

જવાબ : ઈજા સંબંધી ભય

પ૨૮. DSM વર્ગીકરણ કોને તૈયાર કર્યુ છે?

જવાબ : અમેરીકન મનોચિકિત્સક મંડળ- APA

પ૨૯. DSM નું પ્રથમ વર્ગીકરણ કયારે બહાર પડયું?

જવાબ : ૧૯૫૨

પ૩૦. કેટલીક વ્યકિતઓ ટ્રાફીક જોઈને હેબતાઈ જાય છે. આ કયા પ્રકારનો ભય છે?

જવાબ : ખુલ્લી જગ્યાનો ભય

પ૩૧. ખુબ જ પ્રીય વ્યકિત ની હત્યા કરી નાખવામા આવતા વિચારો કઈ વિકૃતી કહેવાય?

જવાબ : અનિવાર્ય વિચાર દબાણ વિકૃતી

૫૩૨. વારંવાર હાથ ધોયા કરવાના આવતા વિચારો કઈ વિકૃતી ગણાય?

જવાબ : અનિવાર્ય ક્રીયા દબાણ વિકૃતી

૫૩૩. કયા પ્રકારની વિકૃતી કયારેક વર્ષો સુધી ઓળખાયા વગરની રહે છે?

જવાબ : વિષણ્ણમનસ્ક વિકૃતી

૫૩૪. ગંભીર પ્રકારનો મનોરોગ કયો છે?

જવાબ : છિન્ન મનોવિકૃતી

૫૩૫. અંગ્રેજી શબ્દ phobia એ કઈ ભાષા પરથી ઉતરી આવ્યો છે?

જવાબ : ગ્રીક ભાષાના phobos પરથી

૫૩૬. કઈ વીકૃતી ધરાવનાર વ્યકિત શંકાશીલ,અવિશ્વાસુ જોવા મળે છે?

જવાબ : વ્યામોહાત્મક વ્યકિતત્વ વાળી

૫૩૭. કઈ વિકૃતિ ધરાવનાર વ્યકિત ઉત્સાહ વગરની રમુજીવૃતી વિનાની જોવા મળે છે?

૫૩૮. કઈ વિકૃતી ધરાવનાર વ્યકિત વર્તનની વિચિત્ર રીતો ધરાવતી હોય છે?

જવાબ : છિન્ન ભાવાત્મક વ્યકિતત્વવાળી

૫૩૯. કઈ વિકૃતી ધરાવનાર વ્યકિત વધારે પડતી અભિવ્યકિત કરનારી હોય છે?

જવાબ : દંભી વ્યકિતત્વવાળી

૫૪૦. કઈ વિકૃતી ધરાવનારા વ્યકિત પોતાની જાતના પ્રેમમાં હોય છે?

જવાબ : આત્મરત વ્યકિતત્વવાળી

૫૪૧. કઈ વિકૃતી ધરાવનાર વ્યકિત આંતરવૈયકિતક સંબંધો માં સ્થિરતા જાળવી શકતી નથી?

જવાબ : સીમારેખીય વ્યકિતત્વવાળી

૫૪૨. કઈ વિકૃતી ધરાવનાર વ્યકિત સામાજિક આંતરક્રીયાથી દુર રહે છે?

જવાબ : પરિહારક વ્યકિતત્વવાળી

પ૪૩. કઈ વિકૃતી ધરાવનાર વ્યકિત પોતાના બધાજ અગત્યના નિર્ણયોની બાબતમાં બીજા પર આધાર રાખે છે?

જવાબ : પરાવલંબી વ્યકિતત્વવાળી

પ૪૪. કઈ વિકૃતી ધરાવનાર વ્યકિત અસમાયોજક, રૂઢ અને નવું ન સ્વીકારવાની વૃતીવાળી હોય છે?

જવાબ : અનિવાર્ય વિચાર-કર્તૃત્વ દબાણ વ્યકિતત્વવાળી

પ૪પ. કઈ વિકૃતી ધરાવનાર વ્યકિત પોતાનો રોષ અને વેર આડકતરી રીતે વ્યકત કરે છે?

જવાબ : નિષ્ક્રિય આક્રમક વ્યકિતત્વવાળી

પ૪૬. કઈ વિકૃતી ધરાવનાર વ્યકિત પોતાના હિતોનો અતિશય ભોગ આપી શકે છે?

જવાબ : સ્વપરાભવક વ્યકિતત્વવાળી

પ૪૭. સાધારણ કે અસાધારણ વર્તનનો ખ્યાલ શાનાથી બદલાતો રહે છે?

જવાબ : સાધારણ કે અસાધારણ વર્તનના ખ્યાલ સમાજ,ઉંમર,જાતી,સ્થાન,વિસ્તાર,સંસ્કૃતી કે ભૌગોલીક સ્થિતી પ્રમાણે બદલાતો રહે છે.

પ૪૮. અસાધારણ વર્તન માટે કયાં જૈવીક કારણો જવાબદાર છે?

જવાબ : જનીનતત્વોની ખામી,રંગસૂત્રીય ખામી, અંતઃસ્રાવી ગ્રંથીઓની બિનકાર્યક્ષમતા, શરીરની બંધારણીય નબળાઈ, મગજની ક્રીયાઓમાં ગરબડ શારીરીક વંચીતતા વગેરે.

પ૪૯. કયા સામાજિક-સાંસ્કૃતીક ઘટકો માનસિક રોગોની ઉત્પતિમાં ફાળો આપે છે?

જવાબ : પૂર્વગ્રહો,ભેદભાવ, બેકારી, જાતીગત તફાવત, ઝડપી સામાજિક પરિવર્તન વગેરે

પપ૦. મનોવિકૃતઓનાં નિદાન અને વર્ગીકરણ માટે વિશ્વ આરોગ્ય સંસ્થાની કઈ પદ્ધતી પ્રચલીત છે?

જવાબ : રોગોનું આંતરરાષ્ટ્રીય વર્ગીકરણ- ICD

પપ૧. ચિંતાની વિકૃતીઓમાં કઈ વિકૃતીઓનો સમાવેશ થાય છે?

જવાબ : (૧)સામાન્યીકૃત વિકૃત ચિંતા (૨)વિકૃતભય (૩)અનિવાર્ય વિચાર અને (૪)ક્રીયા દબાણ

પપ૨. સામાન્ય ભય કોને કહે છે?

જવાબ : આગથી ભય પામવું, ઝડપથી આવતા વાહનથી ડરવું,ઝેરી કે હિંસક પ્રાણીથી ભયભીત થવુ વગેરે.

૫૫૩. સામાન્યીકૃત વિકૃત ચિંતામાં કયા માનસિક લક્ષણો જોવા મળે છે?

જવાબ : અસ્વસ્થતા, તણાવ,શંકા અને ચિંતા,ઊંઘ ન આવવી,ધ્યાન કે એકાગ્રતામાં મુશ્કેલી વગેરે.

૫૫૪. વિકૃતભયના પ્રકારો જણાવો.

જવાબ : (૧)સામાજિક વિકૃતભય (૨)વિશિષ્ટ વિકૃત ભય અને (૩)જાહેર સ્થાનો કે ખુલ્લી જગ્યાના વિકૃતભય

૫૫૫. ખુલ્લી જગ્યાનો ભય વ્યકિતના જીવનમાં કેવી અસર પહોંચાડે છે?

જવાબ : શારીરિક,માનસીક,આર્થિક,સામાજિક તથા આંતર વૈયકિતક ક્ષેત્રોમાં અસર પહોચાડે છે.

૫૫૬. વ્યકિતની અનિચ્છા અને પ્રતિકાર છતાં અયોગ્ય અને અનિચ્છનીય વિચારો સતત તેના મનમાં આવતા રહે તેને શું કહે છે?

જવાબ : અનિવાર્ય વિચાર દબાણ

૫૫૭. અનિવાર્ય વિચાર દબાણ કઈ બાબતો અંગેના હોય છે?

જવાબ : અનિવાર્ય વિચાર દબાણ આક્રમકતા,જાતીયતા,ધાર્મીક બાબતો તથા શંકા કુશંકા અંગેના હોય છે.

૫૫૮. મનોદશાની વિકૃતિના પ્રકારો જણાવો.

જવાબ : (૧)ખિન્નતાસંબંધી વિકૃતીઓ (૨)દ્વિધ્રુવી વિકૃતીઓ અને (૩)વિષણ્ણમનસ્ક વિકૃતીઓ.

૫૫૯. વિષણ્ણમનસ્ક વિકૃતીનાં લક્ષણો કયા કયા છે?

જવાબ : તદન ઓછા કે વધુ પડતા ભોજન,અપૂરતી કે વધારે પડતી ઊંઘ,સતત થાકની લાગણી,નિરાશા અને અશકિત તેમજ ધ્યાનમાં તકલીફ અને અનિર્ણાયકતા.

૫૬૦. છિન્ન મનોવિકૃતીનો ભોગ બનેલી વ્યકિત કઈ મુશ્કેલીઓ અનુભવે છે?

જવાબ : ધ્યાન,પ્રત્યક્ષીકરણ,વિચારણા,સામાજિક સંબંધો,પ્રેરણા અને આવેગની મુશ્કેલીઓ અનુભવે છે

૫૬૧. છિન્ન મનોવિકૃતીના પ્રકારો કયા કયા છે?

જવાબ : (૧)વ્યામોહી (૨)વિઘટિત (૩)ખિન્ન છિન્ન (૪)અવિભિન્નકૃત અને (૫)શેષ

૫૬૨. વાર્તનિક વિકૃતીઓમાં કઈ વિકૃતીઓનો સમાવેસ થાય છે?

જવાબ : (૧)ધ્યાનન્યુનતા-અતિપ્રવૃતીશીલતાની વિકૃતી (૨)પ્રતિકારી અગજ્ઞા અને આચરણ વિકૃતી (૩)વિયોગી ચિંતા વિકૃતી (૪)આત્મરત વિકૃતી અને (૫)અસંપત મુત્રતા

૫૬૩. કઈ વિકૃતીમાં બાળક કે યુવક પોતાનાં માતાપિતા શિક્ષકો કે વડીલો પ્રત્યે વિરોધી કે તેમને ન સાંભળવાનું અને વિરોધ કરવાનું વર્તન કરે છે?

જવાબ : પ્રતિકારી અવજ્ઞા

૫૬૪. કઈ વિકૃતિમાં વ્યકિત અન્ય વ્યકિતઓના મૂળભૂત અધિકારોનું હનન કરે છે?

જવાબ : આચરણ વિકૃતી

૫૬૫. કઈ વિકૃતીમાં બાળક અન્ય વ્યકિતઓ સાથે કે પરિસ્થિતિ સાથે સંબંધો બાંધવા કે જાળવવા સક્ષમ હોય છે?

જવાબ : આત્મરત વિકૃતી

૫૬૬. બાળગુનેગારોને ગુનો સાબીત થતા કયા મોકલવામાં આવે છે?

જવાબ : બાળસંરક્ષણ ગૃહ કે બાળસુધારણા ગૃહોમાં

૫૬૭. વારંવાર હાથ ધોયા કરવા નંબરો કે આંકડા ગણ્યા કરવા તેવી વીકૃતીનું નામ જણાવો.

જવાબ : અનિવાર્ય ક્રીયા દબાણ

૫૬૮. છિન્ન મનોવિકૃતિ માટેનો અંગ્રેજી શબ્દ schizophrenia કયા બે શબ્દોનો બનેલો છે?

જવાબ : Schizo અને phrene

૫૬૯. Schizophrenia માં Schizo નો શું અર્થ થાય છે?

જવાબ : છિન્ન ભિન્ન થવું

૫૭૦. Schizophrenia માં phrene શબ્દનો શું અર્થ થાય છે?

જવાબ : Phrene એટલે Mind કે મન

૫૭૧. ADHD નું પુરૂ નામ શું છે?

જવાબ : Attention deficit hyperactive disorder

૫૭૨. આત્મરત વિકૃતિ નાં લક્ષણો કઈ અવસ્થાથી દેખાય છે?

જવાબ : નવજાત શિશુ અવસ્થાથી

૫૭૩. અંદાજે કેટલા ટકા આત્મરત બાળકો ૭૦ જેટલો નીચો બુદ્ધિઆંક ધરાવે છે?

જવાબ : ૮૦ ટકા

૫૭૪. ભોજન અરુચી તથા ખાઉધરાપણામાં મૂળભૂત જવાબદાર કારણ તરીકે કયા પરિબળોને ગણવામાં આવે છે?

જવાબ :જ્ઞાનાત્મક અને આવેગાત્મક

૫૭૫. બાળગુનાની પ્રવૃતી માં કયા કારણો જવાબદાર છે?

જવાબ : વારસો તથા પરિવારમાં અયોગ્ય વાતાવરણ કે સંબંધો તથા આજુબાજુના વાતાવરણનો પરિબળો જવાબદાર હોય છે.

૫૭૬. મનોપચારમાં કઈ પદ્ધતિઓથી આવેગાત્મક અને અસમાયોજિત વર્તનનો ઉપચાર કરવામાં આવે છે?

જવાબ : મનોવૈજ્ઞાનિક

૫૭૭. કોણે ૧૯૩૫ માં વ્યવસાયીક રીતે મગજની શસ્ત્રક્રીયા ની શરૂઆત કરી?

જવાબ : મોનીઝે

૫૭૮. ફ્રોઈડની મનોવિશ્લેષણ ઉપચાર પદ્ધતીમાં કઈ બે પદ્ધતિઓ નો ઉપયોગ કરવામાં આવે છે?

જવાબ : મુક્ત સાહચર્ય અને સ્વપ્ન અર્થઘટન

૫૭૯. કોના મત મુજબ સ્વપ્નો એ સજાગ્રત મનના રાજમાર્ગો છે?

જવાબ : ફ્રોઈડ

૫૮૦. કયા મનોવૈજ્ઞાનિકોએ વર્તન ઉપચાર એવું નામ આપ્યું?

જવાબ : લિન્ડસ્લે અને સ્કિનરે

૫૮૧. બોધાત્મક ઉપચાર પદ્ધતિની શરૂઆત કરવાનો મુખ્ય શ્રેય કોને આપવામાં આવે છે?

જવાબ : આલ્બર્ટ એલિસ અને અરોન બેક

૫૮૨. કોણે યોગની સમજુતી યોગસૂત્રમાં વ્યવસ્થિત રીતે આપી શકાય છે?

જવાબ : મહર્ષિ પતંજલિએ

૫૮૩. શાના લીધે મગજના વિવિધ ભાગોમાંથી ઊપજતાં મોજામાં એકરૂપતા આવવાથી તે એકસાથે જ ઊપજે છે?

જવાબ : ભાવાતીત ઘ્યાનને

૫૮૪. કોના મતે મનોપચાર એટલે રોગોને દુર કરવાના ઈરાદા સાથે કરવામાં આવતી માનસિક ક્રિયાઓના ઉપાયોની ક્રીયા?

જવાબ : લેન્ડિસ અને બોલ્સ

૫૮૫. કોના મતે મનોપચારમાં મનોવૈજ્ઞાનિક પદ્ધતિઓથી આવેગાત્મક અને અસમાયોજિત વર્તનનો ઉપચાર કરવામાં આવે છે?

જવાબ : કિસકર

૫૮૬. કયા તબક્કામાં મનોપચારક દર્દી સાથે સાયુજય સ્થાપન કરે છે?

જવાબ : આરંભના તબક્કામાં

૫૮૭. કઈ ઉપચાર પદ્ધતિમાં દર્દી ને બેભાન કરવામાં આવે છે?

જવાબ : ઈન્સ્યુલિન ઉપચાર

૫૮૮. કોણે વ્યવસાયીક રીતે મગજના ખંડની વાઢકાપની શરૂઆત કરી ?

જવાબ : મોનીઝે

૫૮૯. મનોગત્યાત્મક ઉપચાર પદ્ધતિની શરૂઆત કોણે કરી હતી?

જવાબ : સિગ્મંડ ફ્રોઈડે

૫૯૦. કઈ ઉપચાર પદ્ધતિમાં સ્વપ્નોનું મનોવૈજ્ઞાનિક અર્થઘટન કરવામાં આવે છે?

જવાબ : મનોગત્યાત્મક ઉપચાર

૫૯૧. કોના મત અનુસાર સ્વપ્નો એ સજાગૃત મનના રાજમાર્ગો છે?

જવાબ : ફ્રોઈડ

૫૯૨. કોણે ઈ.સ. ૧૯૨૦ માં મનોરોગોના ઉપચારમાં અભિસંધાનના સિદ્ધાંત નો ઉપયોગ કર્યો હતો?

જવાબ : જે.બી. વૉટસન

૫૯૩. ઈ.સ. ૧૯૫૦ માં વાર્તનીક અભિગમ ને વર્તન ઉપચાર નામ કોણે આપ્યું?

જવાબ : લિન્ડસ્લે અને સ્કિનર

૫૯૪. વિકૃતભય અને વર્તન ચિંતાની વિકૃતિમાં વાર્તનીક ઉપચારનો ઉપયોગ કયા ઉપચારકે કર્યો હતો?

જવાબ : વોલ્પે

૫૯૫. વિસંવેદનીકરણ કરતાં સંપૂર્ણ વિપરીત પદ્ધતિ કઈ છે?

જવાબ : વિસ્ફોટ ઉપચાર

૫૯૬. કઈ પદ્ધતિમાં દર્દી ને ચિંતા પ્રેરતી હોય તેવી વાસ્તવિક જીવનની પરિસ્થિતિનો સીધો અનુભવ કરાવવામાં આવે છે?

જવાબ : સ્વાનુભૂતી

૫૯૭. કઈ ઉપચાર પદ્ધતિ માં દર્દી ની સામે યોગ્ય વર્તનના નમૂનાઓનું પ્રદર્શન કરવામાં શીખી શકે છે?

જવાબ : નિદર્શન પદ્ધતિ

૫૯૮. કઈ ઉપચાર પદ્ધતિ દ્વારા વ્યકિત પોતાના વાતાવરણ પર નિયંત્રણ રાખવાનું શીખી શકે છે?

જવાબ : પ્રતિક વિનિમય

૫૯૯. બોધાત્મક ઉપચાર પદ્ધતિની શરૂઆત કોણે કરી હતી?

જવાબ : આલ્બર્ટ એલિસ અને અરોન બેક

૬૦૦. તાર્કિક-ભાવાત્મક ઉપચાર પદ્ધતિ કોણે વિકસાવી છે?

જવાબ : એલિસ

૬૦૧. યોગસૂત્ર ની રચના કોણે કરી છે?

જવાબ : મહર્ષિ પતંજલી

૬૦૨. યોગમાં સંપૂર્ણ મનોવૈજ્ઞાનીક પ્રક્રિયા કઈ છે?

જવાબ : પ્રત્યાહાર

૬૦૩. મન અને શરીરને સ્થિર કરનાર ચોક્કસ પ્રકારની શારીરિક સ્થિતી ની તરેહ ને શું કહે છે?

જવાબ : આસન

૬૦૪. શ્વાસને છાતીમાં ભરવાની ક્રીયાને શું કહે છે?

જવાબ : પૂરક

૬૦૫. ફેફસામાં શ્વાસને ટકાવી રાખવાની ક્રીયાને શું કહે છે?

જવાબ : કુંભક

૬૦૬. ઉચ્છવાસને છાતીમાંથી બહાર કાઢવાની ક્રીયાને શું કહે છે?

જવાબ : રેચક

૬૦૭. મનોપચારનું મુખ્ય ધ્યેય કયુ છે?

જવાબ : વ્યકિત ને વધારે સર્જનાત્મક, સ્વજાગૃત બનાવી તેના સામાજિક વાતાવરણમાં ફરીથી સ્થાપીત કરવાનું છે.

૬૦૮. મનોપચારની પ્રક્રીયાને કયા ત્રણ ભાગમાં વહેચવામા આવે છે?

જવાબ : (૧)આરંભનો તબક્કો (૨)મધ્યનો તબક્કો અને (૩)અંતિમ તબક્કો

૬૦૯. ઉપચારના તબક્કામાં શેનો સમાવેશ થાય છે?

જવાબ : પુનઃશિક્ષણ, સ્વાનુભાવ, મનોપચારાત્મક સંબંધ, અપેક્ષા અને પ્રેરણાનો

૬૧૦. ઉપચારકે દર્દી ને કઈ બાબતની ખાતરી આપવી પડે છે?

જવાબ : ઉપચારકે દર્દી ને પુરતુ ધ્યાન,ખાનગીપણું, તટસ્થા અને વિશ્વાસની ખાતરી આપવી પડે છે.

૬૧૧. ઉપચારના અભિગમોનું મુખ્ય ધ્યેય કયુ છે?

જવાબ : ઉપચારના અભિગમોનું મુખ્ય ધ્યેય વિચાર પ્રક્રીયા, આવેગ, પ્રવૃતી અને શારીરિક પ્રક્રીયાઓમાં વિધાપક પરિવર્તનો લાવવાનુ છે.

૬૧૨. જૈવ-તબીબી ઉપચારમાં કયા ઉપચારોનો ઉપયોગ કરવામાં આવે છે?

જવાબ : (૧)ઈન્સ્યુલીન ઉપચાર (૨)વિદ્યુત આંચકા ઉપચાર (૩)ઔષધીય ઉપચાર અને (૪)મગજની શસ્ત્રક્રીયા

૬૧૩. શરૂઆતના સમયમાં દર્દી ને કઈ રીતે વિદ્યુત આંચકા આપવામાં આવતા હતા?

જવાબ : દર્દી ને મેટ્રોઝોલ અને તેના જેવાં રસાયણો દર્દી ના શરીરમાં દાખલ કરી કૃત્રીમ આંચકા આપવામાં આવતા હતા.

૬૧૪. કયા મનોરોગોમાં ઔષધીય ઉપચાર રાહતદાયક સાબિત થયા છે?

જવાબ : છિન્ન મનોવિકૃતી, ઉન્મતતા, ખિન્નતા અને ચિંતાજન્ય રોગોમાં

૬૧૫. દવાઓ દર્દી ના કયા વર્તનોને નિયંત્રણમાં લાવે છે?

જવાબ : વધારે પડતી ઉતેજના, આક્રમકતા, ખિન્નતા કે આત્મહત્યા કરે તેવી સ્થિતી ને દવાઓ નિયંત્રણમાં લાવે છે.

૬૧૬. મનોગત્યાત્મક ઉપચાર પદ્ધતિ કયા સિદ્ધાંત પર આધારિત છે?

જવાબ : સિગમંડ ફ્રોઈડના મનોવિશ્લેષણના સિદ્ધાંત પર

૬૧૭. મનોવિશ્લેષણના કયા પગથિયાનો સમાવેશ થાય છે?

જવાબ : ભાવવિરેચન, પ્રતિરોધ અને સ્થાના તરનો

૬૧૮. મનોવિશ્લેષણના કયા પગથિયામાં દર્દી પોતાના બધા જ આવેગો ને ઉપચારક સમક્ષ અભિવ્યકિત કરી દે છે અને પોતે હળવો થઈ જાય છે?

જવાબ : ભાવવિરેચન

૬૧૯. અચેતન મનમાં પડેલા વિચારો પ્રગટ કરતાં અટકી જવાની ક્રીયાને શું કહે છે?

જવાબ : પ્રતિરોધ

૬૨૦. આવેગો કે લાગણીઓનું એક વ્યકિત (ઉપચારક) માં કેન્દ્રીકરણ કરવાની પ્રક્રીયા એટલે શું?

જવાબ : સ્થાનાંતરણ

૬૨૧. વર્તન ઉપચારમાં કઈ તકનિકનો ઉપયોગ થાય છે?

જવાબ : શાસ્ત્રીય અભિસંધાન અને કારક અભિસંધાન

૬૨૨. બોધાત્મક અભિગમથી ઉપચાર કરનાર ઉપચારકો કઈ બાબતને મહત્વ આપે છે?

જવાબ : બોધાત્મક પ્રક્રીયા, માન્યતા, મનોવલણો અને લાંબા ગાળાની સ્મૃતિના બંધારણને મહત્વ આપે છે

૬૨૩. બેકની પદ્ધતિનો ઉપયોગ કયા ઉપચારમાં સફળ રહયો છે?

જવાબ : ભયભીત વિકૃતિ તથા વિકૃત ચિંતાના ઉપચારમાં

૬૨૪. એલિસની ઉપચાર પદ્ધતિ શો પ્રયાસ કરે છે?

જવાબ : એલિસની ઉપચાર પદ્ધતિ દર્દીના સ્વ-મૂલ્યાંકન અને માન્યતાના તંત્રનું પુનઃઘડતર કરો તેની વિચારપ્રક્રીયા ને બદલવા માટેના પ્રયાસો કરે છે.

૬૨૫. કયા પ્રાચીન ભારતીય સાહીત્યમાં મનોપચારાની પદ્ધતીઓ નો ઉલ્લેખ થાય જોવા મળે છે?

જવાબ : અથર્વવેદ, ચરકસંહીતા, સુશ્રુતસંહીતા, અષ્ટાંગસૂત્ર, યોગસૂત્ર તથા બૌદ્ધ અને જૈન સાહીત્ય વગેરે માં

૬૨૬. મહર્ષિ પતંજલીના મત મુજબ યોગ એટલે શું?

જવાબ : યોગ એટલે ચિતને જુદી જુદી વૃતિઓનું સ્વરૂપ ધારણ કરતું રોકવું

૬૨૭. શ્રીમદ ભગવદગીતામાં યોગની કઈ વ્યાખ્યા આપી છે?

જવાબ : સમતાયુકત (સમતોલ કે ભેદભાવ વગરનો) અભિગમ એટલે યોગ.

૬૨૮. મહર્ષિ પતંજલીએ યોગના કયા આઠ અંગ દર્શાવ્યા છે?

જવાબ : (૧)યમ (૨)નિયમ (૩)આસન (૪)પ્રાણાયમ (૫)પ્રત્યાહાર (૬)ધારણા (૭)ધ્યાન અને (૮)સમાધિ

૬૨૯. અહિંસા,સત્ય,અસ્તેય,બ્રહમચર્ય અને અપરિગ્રહનો સમાવેશ યોગના કયા અંગમાં થાય છે?

જવાબ : યમમાં

૬૩૦. નિયમમાં કઈ બાબતોનો સમાવેશ થાય છે?

જવાબ : શૌચ,સંતોષ,તપ,સ્વાધ્યાય અને ઈશ્વર પ્રણિધાનનો સમાવેશ થાય છે.

૬૩૧. બાહય અને આંતરીક ઉદીપકો પરથી ધ્યાનને પાછું ખેંચવું કે તયાં જતુ અટકાવવું એટલે શું?

જવાબ : પ્રત્યાહાર

૬૩૨. ધ્યાન કરનાર અને ધ્યાનના ઉદીપક બંનેનું એકીકરણ. જયા કશું પણ જુદાપણુ રહેતુ નથી તે અવસ્થાને શું કહે છે?

જવાબ : સમાધિ

૬૩૩. શ્વાસોચ્છવાસની ચોકકસ પ્રકારની પ્રકીયાને શું કહે છે?

જવાબ : પ્રાણાયામ

૬૩૪. ધારણામાં વ્યકિતએ શું કરવાનું છે?

જવાબ : વ્યકિત એ પોતાના મનને કોઈ એક વસ્તુ પર સતત અને લાંબા સમય સુધી ટકાવી રાખવાનો પ્રયાસ કરવાનો છે.

૬૩૫. દર્દી ને ચિકિત્સાલયમાંથી મુકત કર્યા બાદ સમાજમાં પાછા ગોઠવવા માટે મોટા ભાગના દેશોમાં કયા કાર્યક્રમ ચલાવવામાં આવે છે?

જવાબ : અનુસંભાળનો કાર્યક્રમ

૬૩૬. યોગનું ચોથું પગથિયું કયું છે?

જવાબ : પ્રણાયામ

૬૩૭. છિન્ન મનોવિકૃતિના દર્દી ને ઈન્જેકશન વડે ઈન્સ્યુલિન આપતા જઈએ તો દર્દી પર શું અસર થાય છે?

જવાબ : દર્દી બેભાન થઈ જાય

૬૩૮. કયા દર્દીનો ઉપચાર ઈન્સ્યુલિન ઉપચાર પદ્ધતિ વડે કરવામાં આવે છે?

જવાબ : છિન્ન મનોવિકૃતિ

૬૩૯. મનોરોગોમાં અસરકારક ઉપચાર માટે ૧૯૪૯ માં કોને નોબેલ પુરસ્કાર આપવામાં આવ્યો?

જવાબ : મોનિઝને

૬૪૦. કઈ પદ્ધતિના મતે મોટાભાગના માનસિક રોગો ખોટા શિક્ષણના કારણે થાય છે?

જવાબ : વર્તન ઉપચાર

૬૪૧. યોગ શબ્દ સંસ્કૃતની કઈ ધાતુ (શબ્દ) પરથી બનેલો છે?

જવાબ : યુજ

૬૪૨. ધારણા એટલે શું?

જવાબ : મનની સ્થિરતા : જે ઈન્દ્રીયો પરના કાબુ બાદ આવી શકે છે.

૬૪૩. કયા પર્યાવરણમાં સામાજિક ધોરણો, રિવાજો અને સમાજીકરણનો સમાવેશ થાય છે?

જવાબ : સામાજિક-સાંસ્કૃતિક

૬૪૪. કોના મત મુજબ જીવન અવકાશ (Life space) L=E+P

જવાબ : લેવિન

૬૪૫. કયુ પ્રદુષણ ધ્યાનની એકાગ્રતા પર અસર કરે છે?

જવાબ : ઘોંઘાટનું

૬૪૬. પર્યાવરણ માનવવર્તન પર અસર કરે છે તો માનવ વર્તન કોને અસર કરે છે?

જવાબ : પર્યાવરણ

૬૪૭. પર્યાવરણ અભિમુખ વર્તનને પ્રોત્સાહીત કરવા સમાજ મનોવૈજ્ઞાનિકોએ લોકોની કઈ બાબત માં પરિવર્તન કરવું જોઈએ?

જવાબ : મનોવલણ

૬૪૮. માનવસર્જિત મૂર્ત અને અમૂર્ત સામગ્રીનો સમાવેશ શેમાં થાય છે?

જવાબ : સાંસ્કૃતિક પર્યાવરણ

૬૪૯. આબોહવા, ઉષ્ણતામાન, વરસાદ વગેરેનો સમાવેશ શેમાં થાય છે?

જવાબ : ભૌતિક પર્યાવરણ

૬૫૦. ધોરણો,રિવાજો,સામાજિકરણની પ્રક્રીયાઓ વગેરેનો સમાવેશ શેમાં થાય છે?

જવાબ : સામાજિક પર્યાવરણ

૬૫૧. કોણે જીવન અવકાશનો ખ્યાલ આપ્યો છે?

જવાબ : કર્ટ લેવિન

૬૫૨. કોણે પર્યાવરણને તેના ક્રમ પ્રમાણે પાંચ તંત્રોના ખ્યાલ દ્વારા સમજાવ્યુ છે?

જવાબ : બ્રોનફેન બ્રેનરે

૬૫૩. અંગત જીવનમાં ઊણપ અને સામાજિક સંઘર્ષોમાં વધારો એ શેનું મહત્વનું પરિણામ છે?

જવાબ : ગીચતા

૬૫૪. કયો દેશ પૃથ્વી પરની વ્યવસાયીક ઊર્જામાંથી પચીસ ટકા ઊર્જા વાપરે છે?

જવાબ : અમેરીકા

૬૫૫. મહાસાગરોના પાણીની સપાટી વધવાથી કયા દેશના ત્રણ ટાપુઓ પાણીની અંદર સમાઈ ગયા છે?

જવાબ : માલદીવ

૬૫૬. હવામાં કયો વાયુ ઘટે તો વધુ વૃક્ષો ઉછેરવા પડે?

જવાબ : ઓકિસજન

૬૫૭. સંયુકત રાષ્ટ્રોના અહેવાલ મુજબ પૃથ્વી પરનો કયો પ્રદેશ ત્રણ કિલોમીટર ઊંડા પ્રદુષણથી લપેટાઇ ગયો છે?

જવાબ : દક્ષિણએશિયા

૬૫૮. કયુ પ્રદુષણ ધ્યાનની એકાગ્રતા પર અસર કરે છે?

જવાબ : ઘોંઘાટ

૬૫૯. ૨૧૦૦ ની સાલમાં પૃથ્વી પરની સપાટી પર સરેરાશ કેટલી ડિગ્રી ફેરનહીટ હવાનું તાપમાન વધી જશે?

જવાબ : ૩.૫

૬૬૦. ભૌતિક પર્યાવરણમાં શેનો સમાવેશ થાય છે?

જવાબ : ધરતી નો નિશ્ચિત દેખાતો વિસ્તાર, જંગલો અને માનવસર્જિત પર્યાવરણ નો સમાવેશ થાય છે.

૬૬૧. સામાજિક પર્યાવરણમાં કઈ બાબતોનો સમાવેશ થાય છે?

જવાબ : માતાપિતા દ્વારા મેળવાતા સામાજિક ઉદીપકો,સમવયસ્કો નાં મનોવલણો અને વિવિધ પડકારોનો સમાવેશ થાય છે.

૬૬૨. પર્યાવરણનાં પાંચ ઘટકો કયા કયા છે?

જવાબ : (૧)ભૌતિક પર્યાવરણ (૨)સામાજિક-સાંસ્કૃતિક પર્યાવરણ (૩)પર્યાવરણીય અભિમુખતા (૪)પર્યાવરણ વર્તન અને (૫)વર્તનોની નીપજો

૬૬૩. પર્યાવરણીય વર્તનમાં શેનો સમાવેશ થાય છે?

જવાબ : માનવી પોતાની સામાજિક આંતરક્રીયા દરમિયાન પર્યાવરણ નો જે ઉપયોગ કરે છે તેનો સમાવેશ થાય છે.

૬૬૪. બિનજરૂરી, અણગમતા કે વ્યકિત પર નિષેધક અસર કરતા અવાજોને શું કહેવાય છે?

જવાબ : ઘોંઘાટ

૬૬૫. ઘોંઘાટની પ્રતિકુળ અસરો શેના પર અસર રાખે છે?

જવાબ : ઘોંઘાટની તીવ્રતા, અવાજોની અપેક્ષિતતા અને વ્યકિતની ગ્રહણશકિત પર આધાર રાખે છે.

૬૬૬. એરપોર્ટ વિસ્તારમાં રહેતી વ્યકિતઓ કેવા રોગોના ભોગ બને છે?

જવાબ : સ્મૃતિલોપ, બહેરાશ કે લોહીનું ઊંચુ દબાણ જેવા

૬૬૭. હવાના પ્રદુષણથી કેવી બીમારીઓ થાય છે?

જવાબ : શ્વાસના રોગો,બળતરા,કેન્સર વગેરે

૬૬૮. દર ચોરસ મીટરે વ્યકિતઓની ચોકકસ સંખ્યાના માપને શું કહેવાય છે?

જવાબ : ગીચતા

૬૬૯. એક બીજાની ખુબ નજીક હોવાની વ્યકિતલક્ષી લાગણીને શું કહે છે?

જવાબ : ભીડ

૬૭૦. આપતીઓનો ભોગ બનેલ વ્યકિતઓ કેવા રોગોથી પીડાય છે?

જવાબ : ચિંતા, પીછેહઠ ના લક્ષણો,હતાશા,તનાવ,ગુસ્સો અને નિંદ્રાભ્રમણ જેવા રોગથી પીડાય છે?

૬૭૧. પર્યાવરણ દ્વારા માનવજાતને મળેલ અણમોલ ભેટ કઈ છે?

જવાબ : હવા,પાણી,ખોરાક,બળતણ વગેરે

૬૭૨. કઈ નદીઓના પાણીનું પ્રદુષણ ભયજનક સ્તરે છે?

જવાબ : ગંગા,યમુના અને સરસ્વતી

૬૭૩. પર્યાવરણની સમસ્યાઓને ઉકેલવામાં કોણ મહત્વની ભૂમીકા ભજવે છે?

જવાબ : સમાજ-મનોવૈજ્ઞાનિકો

૬૭૪. ઓઝોન વાયુનું પડ પાતળુ થવાનું કારણ શું છે?

જવાબ : રેફ્રીજરેટર માટે વપરાતા કલોરોફ્રોલ કાર્બનનો વધુ પડતો ઉપયોગ

૬૭૫. પૃથ્વીને રક્ષણ પૂરુ પાડનાર ઓઝોનનું પડ પાતળું થવાને કારણે માનવીને શાનું કેન્સર થઈ શકે છે?

જવાબ : ચામડીનું

૬૭૬. દિલ્લી તેમજ મોટાં શહેરોમાં વાહન માલિકો માટે કયો નિયમ ફરજિયાત છે?

જવાબ : વાહનના પ્રદુષણ સ્તરની તપાસ કરાવી પ્રદુષણ તપાસ અંગેનું પ્રમાણપત્ર (PUC) વાહન પર લગાડવું ફરજિયાત છે.

૬૭૭. દિલ્લી અને અમદાવાદ જેવાં શહેરોમાં કેવા વાહનોનો ઉપયોગ થવા લાગ્યો છે?

જવાબ : CNG (કોમ્પ્રેસ્ડ નેચરલ ગેસ)

૬૭૮. મહાસાગરોના પાણીની સપાટી શાથી ઊંચી આવે છે?

જવાબ : ઉત્તર ધ્રુવ અને દક્ષિણ ધ્રુવમાં હિમશિલાઓ ઓગળવાને પરિણામે

૬૭૯. વાતાવરણમાં રહેલા કયા ત્રણ વાયુઓ સૂર્યની ગરમીને રોકે છે?

જવાબ : કાર્બન ડાયોકસાઈડ,મિથેન અને નાઈટ્રોસ ઓકસાઈડ

૬૮૦. ગાણીતીક રીતે જીવન અવકાશને દર્શાવો.

જવાબ : B = F (L) = F (PF)

૬૮૧. કયા મનોવૈજ્ઞાનિક પર્યાવરણ વચ્ચે રહેલ વ્યકિત ને જીવન અવકાશ કહે છે?

જવાબ : કર્ટ લેવીન

૬૮૨. ફ્રિજમાં કયો વાયુ વપરાય છે?

જવાબ : કલોરોફલુરો કાર્બન

૬૮૩. ગીચતામાં કઈ ભાવના વધારે જોવા મળે છે?

જવાબ : સંપની

૬૮૪. કયા રાજય માં ૨૦૦૪ માં ધરતીકંપ આવ્યો હતો?

જવાબ : દક્ષિણ ઓરિસ્સા

૬૮૫. ગુજરાતમાં ૨૦૦૧ માં કઈ આપતી આવી હતી?

જવાબ : ધરતીકંપ

૬૮૬. **ભોપાલ ગેસ દુર્ઘટના કયા વર્ષમાં થઈ હતી?**

જવાબ : ૧૯૮૪

૬૮૭. **પૃથ્વી પર કેટલા દેશોમાં પાણીની ગંભીર અછત છે?**

જવાબ : ઓછામા ઓછા એંશી

૬૮૮. CFC **નું પુરુ નામ શું છે?**

જવાબ : Chlorofluro carbons

૬૮૯. PIL **નું પુરુ નામ શું છે?**

જવાબ : Public Interest Litigation

૬૯૦. **સમુદ્રના પાણીની સપાટીનું સ્તર દર પાંચ વર્ષે કેટલા ઈંચ વધે છે?**

જવાબ : એક

૬૯૧. **કયા લોકો જંગલોને માતા-પિતા માને છે?**

જવાબ : આફ્રીકામા ઝૈરના પિગ્મીઓ

૬૯૨. **સંસ્થાના હેતુને પુર્ણ કરવા માટે કોની વચ્ચે સંકલન અનીવાર્ય છે?**

જવાબ : બંધારણીય માળખા અને માનવીય પાસા

૬૯૩. **શેમાં શ્રમનું વિભાજન કાર્ય આધારિત હોય છે?**

જવાબ : સંસ્થામાં

૬૯૪. **કયુ તંત્ર પર્યાવરણ સાથે આપ-લે કરી શકતુ નથી?**

જવાબ : બંધ

૬૯૫. **કયું તંત્ર નવી ઊર્જા પ્રાપ્ત કરી શકે છે?**

જવાબ : ખુલ્લુ

૬૯૬. **કોની સીધી અસર નિર્ણય અને તેના અમલની ઝડપ પર પડે છે?**

જવાબ : કેન્દ્રીકરણ-વિકેન્દ્રીકરણ

૬૯૭. સામાન્ય રીતે વિજ્ઞાપન સંસ્થાઓ કે હોસ્પીટલો કઈ સંરચના અપનાવે છે?

જવાબ : સમચોરસીય

૬૯૮. ગ્રાહકોની ખરીદી અંગેના નિર્ણયોમાં કોણ મહત્વની ભૂમીકા ભજવે છે?

જવાબ : વિજ્ઞાપનો

૬૯૯. તંત્રના બે પ્રકારો કોણે વર્ણવ્યા છે?

જવાબ : કાટ્ઝ અને કાહન

૭૦૦. એન્જિન ઈંધણ હોય ત્યાં સુધી ચાલે આ સ્થિતી ને શું કહેવાય?

જવાબ : ઊર્જા વિલય

૭૦૧. કયા કારણે વ્યકિતઓ કોઈ એક પ્રવૃતીના અમુક ચોકકસ કાર્યમાં નિષ્ણાત બને છે?

જવાબ : કાર્યવિશિષ્ટીકરણ

૭૦૨. કઈ બાબતનો સીધો સંબંધ સંસ્થામાં ઉચ્ચ હોદાથી નિમ્ન હોદા સુધી અધિકાર ક્રમ સાથે છે?

જવાબ : સાદેશ શૃંખલા

૭૦૩. શેના આધારે સંસ્થામા વ્યવસ્થાપકોના સ્તરોની સંખ્યા નકકી કરાય છે?

જવાબ : નિયંત્રણ વિસ્તાર

૭૦૪. કઈ સંરચનાને સપાટ સંરચના કહે છે?

જવાબ : સરળ

૭૦૫. કઈ સંરચના પરિસ્થિતિને ઝડપથી પ્રતિભાવ આપે છે?

જવાબ : સરળ

૭૦૬. કઈ સંરચનામાં તેનાં રોજિંદા કાર્યો પણ વિશિષ્ટીકરણ નિયમોનાં ઔપચારીક માળખા અને કાર્યોને આવરી લેતી પ્રવૃતિઓ વડેજ પાર પડાય છે?

જવાબ : અમલદારશાહી

૭૦૭. આધુનિક સમયમાં મોટા ભાગની સંસ્થાઓમાં કઈ સંરચના પ્રચલિત છે?

જવાબ : અમલદારશાહી

૭૦૮. વિજ્ઞાપન સંસ્થાઓ,હોસ્પીટલો,યુનિવર્સિટીઓ વગેરે કઈ સંરચનાઓ અપનાવે છે?

જવાબ : સમચોરસીય

૭૦૯. અસરકારક ધ્યેયપ્રાપ્તી માટે શું આવશ્યક છે?

જવાબ : સંગઠન

૭૧૦. કર્મચારીની પ્રવૃતિઓની તૂલના,મૂલ્યાંકન અને નિયમનનો સમાવેશ શેમાં થાય છે?

જવાબ : નિયંત્રણ

૭૧૧. કોણે વ્યવસ્થાપકો માટેની ૧૦ ભૂમિકાઓ તારવી છે?

જવાબ : મિન્ટ્ઝબર્ગ

૭૧૨. કઈ પદ્ધતિનો ઉપયોગ વિશેષરૂપે બૌદ્ધિક કક્ષા,પ્રેરણા અને આંતરવૈયકિતક કૌશલ્યોના માપન માટે કરાય છે?

જવાબ : મુલાકાત

૭૧૩. સમાજનાં કયાં કાર્યરત સ્થળોનો સમાવેશ સંસ્થામાં થાય છે?

જવાબ :બેન્કો, હોસ્પીટલો, પોલીસ સ્ટેશન, ન્યાયાલય, શાળાઓ, કોલેજો, ઉદ્યોગો, સ્ટોર કે દુકાન, હોટેલ, રેસ્ટોરન્ટ, સર્વિસ સ્ટેશન વગેરે

૭૧૪. શાળાની ભૌતીક સંપતિ કઈ છે?

જવાબ : શાળાની ઈમારત, વર્ગખંડો, પ્રયોગશાળા, પુસ્તકાલય, ફર્નિચર વગેરે.

૭૧૫. લોકો દ્વારા સેવાઓ પ્રદાન કરતી સંસ્થાઓ કઈ કઈ છે?

જવાબ : હોસ્પીટલ, ધાર્મિક સંસ્થાઓ, સ્વૈચ્છિક સામાજિક સંસ્થાઓ વગેરે.

૭૧૬. કાટ્ઝ અને કાહન તંત્રના કયા બે પ્રકારો દર્શાવે છે?

જવાબ : (૧)બંધ તંત્ર અને (૨)ખુલ્લુ તંત્ર

૭૧૭. સંસ્થાની વ્યકિતની આંતરક્રીયાઓ કયા બે પ્રકારની હોય છે?

જવાબ : (૧)સામાજિક અને (૨)મનોવૈજ્ઞાનિક

૭૧૮. કોઈ એક હોદાની અંતર્ગત આદેશ આપવાનો અને તે આદેશના પાલનની અપેક્ષામાં હક ધરાવતો તેને શું કહેવાય?

જવાબ : અધિકાર

૭૧૯. એક વ્યવસ્થાપક જે નિશ્ચિત સંખ્યાના કર્મચારીઓનું અસરકારક અને કાર્યક્ષમ રીતે પર્યવેક્ષણ કરી શકે તેને શું કહેવાય?

જવાબ : નિયંત્રણ વિસ્તાર

૭૨૦. સંસ્થાના જે કાર્યોને જે હદે પ્રમાણિત અને ઔપચારીક બનાવવામાં આવે તેને શું કહેવાય છે?

જવાબ : ઔપચારીક

૭૨૧. સંસ્થાલક્ષી સંરચનાના પ્રકારો જણાવો.

જવાબ : (૧)સરળ સંરચના (૨)અમલદારશાહી સંરચના અને (૩)સમચોરસીય સંરચના

૭૨૨. અમલદારશાહી સંરચનાની સૌથી મોટી નબળાઈ કઈ છે?

જવાબ : કાયદાઓને ચુસ્તપણે વળગી રહેવાનું વલણ

૭૨૩. વ્યવસ્થાપકોનાં મૂળભૂત કાર્યો કયા છે?

જવાબ : (૧)આયોજન (૨)સંગઠન (૩)ભરતી અથવા નિયુક્તિ (૪)નેતૃત્વ-આગેવાની અને (૫)નિયંત્રણ

૭૨૪. સંસ્થાનુ કાર્ય કરવા માટે વિવિધ કર્મચારીઓ ની વિવિધ ભૂમીકા અને જવાબદારીઓને એકત્રીત કરી તેની સ્પષ્ટતા કરવાના કાર્યને શું કહે છે?

જવાબ : સંગઠન

૭૨૫. વ્યવસ્થાપન ભૂમીકાઓને કયા ત્રણ વર્ગમાં વર્ગીકૃત કરવામાં આવે છે?

જવાબ : (૧)આંતરવૈયકિતક ભૂમીકા (૨)માહીતી સંબંધીત ભૂમીકા અને (૩)નિર્ણય સંબંધીત ભૂમીકા

૭૨૬. અરજીપત્રકમાં કઈ બાબતોનો સમાવેશ થાય છે?

જવાબ : અરજીપત્રકમાં અરજદારની વ્યકિતગત વિગતો, શૈક્ષણીક લાયકાતો, કાર્યનો અનુભવ અને ભલામણોનો સમાવેશ થાય છે.

૭૨૭. કર્તૃત્વ કસોટીઓના બે મુખ્ય પ્રચલિત અભિગમો કયા છે?

જવાબ : (૧)કાર્ય નિદર્શન અને (૨)મૂલ્યાંકન કેન્દ્રો

૭૨૮. આજે બાળક સરેરાશ વર્ષદીઠ કેટલી જાહેરાતો જુએ છે?

જવાબ : ૨૦૦૦૦

૭૨૯. અતિશય વસ્તી ભારતીય સમાજના મૂલ્યો અને ધોરણોને ખબર ન પડે એ રીતે હાની કરે છે. તેવી આ કેવી સમસ્યા કહેવાય?

જવાબ : અપ્રગટ

૭૩૦. ગંદા વસવાટોની સમસ્યા ગરીબાઈની પ્રાથમીક સમસ્યામાંથી ઊપજે છે.આને કઈ કક્ષાની સામાજિક સમસ્યા કહેવાય?

જવાબ : બીજી

૭૩૧. જનસંપર્કના ઘણાં માધ્યમોમાં દર્શાવતી અર્ધનગ્નતાને કેવા દ્રષ્ટીબિંદુ પ્રમાણે સામાજિક સમસ્યા ગણી શકાય?

જવાબ : મૂલ્યલક્ષી ધોરણાત્મક

૭૩૨. નીચી સિદ્ધિ પ્રેરણાને લીધે કેવાં વ્યકિત ગજા બહારનું જોખમ લે છે?

જવાબ : ગરીબ

૭૩૩. શું ઘટાડવા માટે વ્યકિત, જૂથ અને સમુદાય કક્ષાએ એમ ત્રિપાંખિયો વ્યુહ જરૂરી છે?

જવાબ : ગરીબી

૭૩૪. શાને લીધે ભારતીયોમાં પરિહરણ, નિષ્ફળતાનો ભય, અતિ અનુરૂપતા અને મહેરબાની મેળવવાનાં વલણો સર્જાયા છે?

જવાબ : પરાધીનતા

૭૩૫. શાને લીધે ભારતીયો જનહિતની સમસ્યાઓમાં પણ મારે શું એમ કહીને ખસી જાય છે?

જવાબ : અલિપ્તતા અને અપ્રતિબદ્ધતા

૭૩૬. ભારતીય સમાજે વાદ્યવૃંદની જેમ કઈ શકતિઓને સક્રીય કરવી જોઈએ?

જવાબ : સહિયારા લક્ષો મેળવવાની

૭૩૭. વિવિધ માધ્યમોમાં સંદેશા છપાવેલા, દ્રશ્ય શ્રાવ્ય અને બિજા કયા રૂપમાં આવે છે?

જવાબ : વિજાણુ

૭૩૮. ટેલિવિઝનની અસર કોની ઉપર સૌથી વધારે થાય છે?

જવાબ : બાળકો

૭૩૯. કોણે દુનીયાના ખુણે ખુણેથી માહિતીના દરવાજા ખોલી દીધા છે?

જવાબ : ઈન્ટરનેટ

૭૪૦. શાના લીધે લોકોમાં ઉપભોક્તાવાદ ઝડપથી વધી રહયો છે?

જવાબ : ઠીવી

૭૪૧. પ્રત્યાયનની અધતન પદ્ધતિઓને લીધે લોકો વચ્ચે કઈ આંતરક્રીયાઓ ઝડપથી ઘટી રહી છે?

જવાબ : મોઢામોઢની

૭૪૨. શહેરનું જીવન કેવું હોવાથી શહેરીએ સતત ધ્યાન આપીને સક્રીય કહેવું પડે છે?

જવાબ : ખૂબ ઝડપી

૭૪૩. ભારતનાં શહેરોમાં ગંદા વિસ્તારો કેવી રીતે વધી રહયા છે?

જવાબ : ગેરકાયદે અને બિનઆયોજિત

૭૪૪. ગરીબી કેવી સમસ્યા છે?

જવાબ : પ્રગટ

૭૪૫. ત્રીજી કક્ષાની સામાજિક સમસ્યા કઈ છે?

જવાબ : બાળગુનેગારી

૭૪૬. બીજી કક્ષાની સામાજિક સમસ્યા કઈ છે?

જવાબ : ગંદા વસવાટો

૭૪૭. કોણે તેહરીબંધ યોજનાને પર્યાવરણનું નિકંદન કાઢનારી ગણી છે?

જવાબ : સુંદરલાલ બહુગુણા

૭૪૮. કયા દ્રષ્ટીબિંદુ પ્રમાણે જનસંપર્કમાં ઘણાં માધ્યમોમાં દર્શાવતી અર્ધનગ્નતા ને સામાજિક સમસ્યા ગણી શકાય?

જવાબ : મૂલ્યલક્ષી ધોરણાત્મક

૭૪૯. ભ્રષ્ટાચાર એ સામાજિક સમસ્યા કયા દ્રષ્ટીબિંદુથી કહેવાય છે?

જવાબ : આત્મલક્ષી

૭૫૦. કયા દ્રષ્ટીબીંદુ પ્રમાણે આતંકવાદી સંગઠનો એ સામાજિક સમસ્યા છે?

જવાબ : કાર્યાત્મક

૭૫૧. કયા દ્રષ્ટીબીંદુ પ્રમાણે હિંસા અને બળાત્કાર એ સામાજિક સમસ્યા છે?

જવાબ : વસ્તુલક્ષી

૭૫૨. પાયાની જરૂરતો સંતોષવાની સમસ્યા કઈ છે?

જવાબ : સલામતીની

૭૫૩. સામાજિક બાબતો અંગેની સમસ્યા કઈ છે?

જવાબ : અતિશય વસ્તી

૭૫૪. નાગરીકોના વર્તન અંગેની સમસ્યા કઈ છે?

જવાબ : રાષ્ટ્રીય ચારિત્ર્યનો અભાવ

૭૫૫. સરકારી સમસ્યાઓ કઈ છે?

જવાબ : સંસાધનોની વહેચણીમાં વ્યકિતગત અન્યાય

૭૫૬. સંયુકત રાષ્ટ્રની વિકાસ સંસ્થાના માનવવિકાસ આંક પ્રમાણે ૧૬૨ દેશોમાં ભારત કયા ક્રમે છે?

જવાબ : ૧૧૫ માં ક્રમે

૭૫૭. કઈ સમસ્યા તુલનાત્મક આર્થિક ખ્યાલ છે?

જવાબ : ગરીબાઈ

૭૫૮. કઈ પરિસ્થિતી વ્યકિતને ઈચ્છા પ્રમાણે જીવન જીવવાના સામર્થ્યથી વંચિત રાખે છે?

જવાબ : ગરીબાઈ

૭૫૯. કઈ સમસ્યામાં આર્થિક, સામાજિક અને મનોવૈજ્ઞાનિક ઘટકોનું સંયોજન થાય છે?

જવાબ : ગરીબાઈ અને સામાજિક ગેરલાભ

૭૬૦. કઈ પ્રેરણાને લીધે ગરીબ વ્યકિત ગજા બહારનું જોખમ લે છે?

જવાબ : સિદ્ધીનો નીચી પ્રેરણા

૭૬૧. વિનોબા ભાવેએ ગરીબોને મદદ કરવાની કઈ બિન સરકારી પ્રવૃતી કરી હતી?

જવાબ : ભૂદાન ચળવળ

૭૬૨. રાષ્ટ્રીયતાનું મૂળ કયુ છે?

જવાબ : સંલગ્નતાની લાગણી

૭૬૩. કોના મત મુજબ જુથો વચ્ચેના તણાવનો ઉકેલ જૂથની અંદરના પ્રસન્ન અને પરોપકારી વ્યકિતઓ વડે જ આવી શકે છે?

જવાબ : આલપોર્ટ

૭૬૪. સેવા નામનું સ્વરોજગાર કરતી સ્ત્રીઓનું સહકારી મંડળ કયા રાજય માં છે?

જવાબ : ગુજરાત

૭૬૫. કયા માધ્યમે દુનિયાના ખૂણે ખૂણે થી માહિતીના દરવાજા (જ્ઞાનવિસ્ફોટ) ખોલી દીધા છે?

જવાબ : ઈન્ટરનેટ

૭૬૬. રાષ્ટ્રીય એકમો માટે જીવોમાં કઈ લાગણી વિકસાવવી જરૂરી છે?

જવાબ : સંલગ્નતાની લાગણી

૭૬૭. કયા પર્યાવરણવાદી ચીપકો આંદોલન ચલાવે છે?

જવાબ : સુંદરલાલ બહુગુણા

૭૬૮. મનોવૈજ્ઞાનિકો ભારતની જટિલ સમસ્યાઓના ક્ષેત્રને શું કહે છે?

જવાબ : પ્રયોજિત સામાજિક મનોવિજ્ઞાન

૭૬૯. મોટા ભાગનો જન સમુદાય જેને અનિચ્છનિય ગણે તેવી સામાજિક પરિસ્થિતીને શું કહે છે?

જવાબ : સામાજિક સમસ્યા

૭૭૦. સામાજિક સમસ્યાના બે પ્રકારો કયા છે?

જવાબ : (૧)પ્રગટ સમસ્યા (૨)અપ્રગટ સમસ્યા

૭૭૧. જે સમસ્યાઓને લોકો સમાજના મૂલ્યો કે ધોરણો માટે ધમકીરૂપ ઓળખે છે તેને શું કહે છે?

જવાબ : પ્રગટ સમસ્યા

૭૭૨. જે બાબતની લોકોને ખબર ન પડે એ રીતે સમાજનાં મૂલ્યો અને ધોરણોને હાનિ કરે તેને કેવી સમસ્યા કહે છે?

જવાબ : અપ્રગટ સમસ્યા

૭૭૩. સામાજિક સમસ્યાની કઈ ત્રણ કક્ષાઓ છે?

જવાબ : (૧)પ્રાથમિક (૨)બીજી કક્ષાની અને (૩)ત્રીજી કક્ષાની

૭૭૪. જે કટોકટી ભરેલી સામાજિક પરિસ્થિતીઓ સમાજજીવનનાં વિવિધ પાસાં ઉપર અનેક રીતે હાનિકારક અસર કરે તેને કેવી સમસ્યા કહે છે?

જવાબ : પ્રાથમિક , દા.ત. ગરીબાઈ

૭૭૫. સામાજિક સમસ્યાઓને જોવાના દ્રષ્ટીબિંદુ જણાવો.

જવાબ : (૧)કાર્યાત્મક (૨)ધોરણાત્મક (૩)વસ્તુલક્ષી અને (૪)આત્મલક્ષી

૭૭૬. મૂલ્યલક્ષી દ્રષ્ટીબિંદુ પ્રમાણે સામાજિક સમસ્યા કોને કહેવાય?

જવાબ : જે પરિસ્થિતિ ઓ માં મુખ્ય સમાજના ધોરણોનો ભંગ થાય એ પરિસ્થિતીઓ એ સમાજ માટે સમસ્યા બને છે.

૭૭૭. ભારતની પાયાની જરૂરતો સંતોષવાની સમસ્યા કઈ છે?

જવાબ : આર્થિક, રહેઠાણની, સ્વાસ્થ્યની, કેળવણીની અને સલામતી વગેરે

૭૭૮. નાગરીકોના વર્તન અંગેની ભારતની સમસ્યા કઈ છે?

જવાબ : અશિસ્ત, કાયદાઓનું ઉલ્લંઘન, રાષ્ટ્રીય ચારિત્ર્યનો અભાવ, બાળગુનેગારી વગેરે

૭૭૯. ભારતની સરકારી સમસ્યા કઈ છે?

જવાબ : સંસાધનોની વહેંચણીમાં વ્યકિતગત કે જૂથગત અન્યાય, સંસાધનો નો અપૂરતો ઉપયોગ, નબળુ અર્થતંત્ર, કાયદો અને વ્યવસ્થા જાળવવામાં મુશ્કેલીઓ વગેરે.

૭૮૦. ભારતની અન્ય વિશિષ્ટ સમસ્યાઓ કઈ છે?

જવાબ : ભૌતિક મનોવલણ, આળસ, વિદેશી અસરો, ધાર્મિક જડતા, ફરજોની ઉપેક્ષા વગેરે.

૭૮૧. પોતે કંઈક ગુમાવ્યુ છે કે પોતે ઊણપની પીડા ભોગવવી પડે છે એવી સમજ એટલે શું?

જવાબ : વંચિતતા

૭૮૨. કોઈ વ્યકિતનાં કે કુટુંબનાં ભૌતિક સંસાધનો એટલાં ઓછા હોય કે તે શારીરિક પીડા ભોગવે તેને શું કહેવાય?

જવાબ : ગરીબ

૭૮૩. અતિશય વસ્તી અપ્રગટ સમસ્યા શાથી છે?

જવાબ : અતિશય વસ્તી ભારતીય સમાજના મૂલ્યો અને ધોરણોને ખબર ન પડે એ રીતે હાની કરે છે તેથી તે અપ્રગટ સમસ્યા છે.

૭૮૪. ગંદા વસવાટોની સમસ્યા બીજી કક્ષાની સામાજિક સમસ્યા શાથી કહેવાય છે?

જવાબ : તે ગરીબાઈની પ્રાથમિક સમસ્યામાંથી જ ઊપજે છે તેથી.

૭૮૫. ગરીબાઈ અને સામાજિક ગેરલાભ શાનો નિર્દેશ કરે છે?

જવાબ : સામાજિક, આર્થિક અને મનોવૈજ્ઞાનિક પરિસ્થિતિઓનાં જટિલ તંત્રનો નિર્દેશ કરે છે.

૭૮૬. ગરીબાઈમાં કયાં ત્રણ ઘટકો રહેલા છે?

જવાબ : (૧)વ્યકિત (૨)પેટાસંસ્કૃતિ અને (૩)સમાજનું માળખું.

૭૮૭. સમાજીકરણની પ્રક્રીયા વડે ગરીબ વ્યકિતમાં કઈ અપેક્ષા ઊપજે છે?

જવાબ : સતાહીનતા (લાચારી) ની

૭૮૮. ગરીબાઈ કઈ ત્રણ પ્રેરણાઓની વિશિષ્ટ તરેહ ઉપજાવે છે?

જવાબ : (૧)સિદ્ધિની નીચી પ્રેરણા (૨)વિસ્તરણની નીચી પ્રેરણા અને (૩)અધીનતાની તીવ્ર પ્રેરણા

૭૮૯. દેશમાં ગરીબીના સામના માટે કયા ત્રણ કાર્યક્રમો ચાલે છે?

જવાબ : (૧)જમીન સુધારણા (૨)સંપતિની લબ્ધિ અને (૩)આવકમાં તેમજ ઉપભોગતામાં ટેકો

૭૯૦. વિધાપક રાષ્ટ્રીય તાદાત્મ્ય ક્યારે વિકસે છે?

જવાબ : જો સમાજ નું પર્યાવરણ સહકાર તથા સહયોગને પ્રેરે એવું અનુકુળ હોય તો વિધાપક રાષ્ટ્રીય તાદાત્મ્ય વિકસે છે.

૭૯૧. સદીઓ સુધી પરાધીન રહેવાને લીધે ભારતીયોમાં કેવાં વલણો સર્જે છે?

જવાબ : પરિહરણ, નિષ્ફળતાનો ભય, અતિઅનુરૂપતા અને મહેરબાની મેળવવાનાં વલણો સર્જાયા છે.

૭૯૨. કયા કારણે ટેલિવિઝન ની અસર બાળકો પર સૌથી વધારે થાય છે?

જવાબ : બાળકો ટેલીવીઝનમાં જે દ્રશ્યો જુએ છે તે બધાં સાચા જ છે એમ માની લે છે.

૭૯૩. શહેરમાં વ્યકિતગત સંબંધો કેવા બનતા જાય છે?

જવાબ : ઔપચારીક, કરારલક્ષી, પૂર્વઆયોજિત અને ગણતરીપૂર્વકના બનતા જાય છે.

૭૯૪. કોની મદદથી દુનિયાના જ્ઞાનવિસ્ફોટનો વધુમાં વધુ લાભ ઉઠાવી શકાય છે?

જવાબ : ઈન્ટરનેટ

૭૯૫. રાષ્ટ્રીય નિદર્શ સર્વક્ષણ ૧૯૯૦-૨૦૦૦ માં કરેલ અભ્યાસ મુજબ ગરીબાઈનું પ્રમાણ ગ્રામ વિસ્તારમાં કેટલું હતું?

જવાબ : ૨૭.૦૯ ટકા

૭૯૬. ભારતમાં ગરીબોની સંખ્યા કેટલી છે?

જવાબ : ૨૬ કરોડ

૭૯૭. સમગ્ર ભારતમાં ગરીબાઈનું પ્રમાણ કેટલા ટકા છે?

જવાબ : ૨૬.૧૦ ટકા

૭૯૮. ભારતમાં ૧૯૦૧ માં કેટલી વસ્તી હતી?

જવાબ : ૨૩.૮ કરોડ

૭૯૯. દુનીયાની જમીનનો કુલ વિસ્તાર કેટલો છે?

જવાબ : ૧૩.૫૭૯ કરોડ ચોરસ કિલોમીટર

૮૦૦. ભારતની જમીનનું પ્રમાણ કેટલા ટકા છે?

જવાબ : ૨.૪ ટકા

૮૦૧. દુનીયાની કુલ વસ્તીમાંથી કેટલા ટકા લોકો ભારતમાં વસે છે?

જવાબ : ૧૬.૭ ટકા

૮૦૨. સલાહ પ્રક્રીયાના ત્રણ તત્વો કયા છે?

જવાબ : (૧)સલાહાર્થી (૨)સલાહકાર અને (૩)સલાહકાર અને સલાહાર્થી વચ્ચે થતી આંતરક્રીયા

૮૦૩. સલાહ પ્રક્રીયાના ત્રણ સોપાનો કયા છે?

જવાબ : (૧)પ્રારંભીક પ્રગટીકરણ (૨)ઊંડાણમાં વિગતે તપાસ અને (૩)કાર્ય યોજના ઘડવી

૮૦૪. પ્રત્યાયનમાં કઈ બે રીતો દ્વારા વ્યવહાર થાય છે?

જવાબ : (૧)શાબ્દિક અને (૨)બિનશાબ્દિક

૮૦૫. સારા પ્રત્યાયનકર્તા થવા માટે કયા બે પ્રકારના કૌશલ્યો હોવા જરૂરી છે?

જવાબ : (૧)સ્પષ્ટ અસરકારક બોલવું અને (૨)અસરકારક રીતે ધ્યાનથી સાંભળવું

૮૦૬. મુલાકાતના બે પ્રકારો કયા છે?

જવાબ : રચિત અને અરચિત મુલાકાત

૮૦૭. મુલાકાતનાં ત્રણ સોપાનો નામ જણાવો.

જવાબ : (૧)આવકાર અને તૈયારી (૨)સવાલ-જવાબની બેઠક અને (૩)મુલાકાતની પૂર્ણાહુતી

૮૦૮. વ્યક્તિઓને મુંઝવતી માનસીક સમસ્યાઓના ઉકેલ માટે મનોવિજ્ઞાનની કઈ શાખા અસ્તિત્વમાં આવી છે?

જવાબ : સલાહ

૮૦૯. મુંઝાયેલી વ્યક્તિ ને શું કહેવામાં આવે છે?

જવાબ : સલાહાર્થી

૮૧૦. મૂંઝવણ અનુભવતી વ્યકિતને સહાય કરવાનું કાર્ય કોણ કરે છે?

જવાબ : સલાહકાર

૮૧૧. સલાહકાર સલાહાર્થી પ્રત્યે કઈ લાગણી બતાવી તેનો વિશ્વાસ જીતી શકે છે?

જવાબ : પરાનુભુતી

૮૧૨. મનોવૈજ્ઞાનિક લક્ષણોને માપદંડથી માપવાનો પ્રથમ પ્રયત્ન કોણે કર્યો?

જવાબ : સર ફ્રાન્સીસ ગાલ્ટન

૮૧૩. મનોવૈજ્ઞાનિક લક્ષણો માપવા માટેની મનોવિજ્ઞાનની શાખાને શું કહે છે?

જવાબ : મનોમાપન

૮૧૪. મનોમાપનનો સૌ પ્રથમ પ્રયત્ન કયા મનોવિજ્ઞાનીએ કર્યો?

જવાબ : ફ્રાન્સીસ ગાલ્ટને

૮૧૫. કસોટીકરણમાં સંચાલન કરનાર અધિકારીને શું કહે છે?

જવાબ : પરીક્ષક

૮૧૬. શેના વીના કોઈ પણ પ્રકારના સામાજિક જીવનની કલ્પના થઈ શકતી નથી?

જવાબ : પ્રત્યાયન

૮૧૭. અર્થનું સંક્રમણ અને તેની સમજણ શેમાં અભિપ્રેત છે?

જવાબ : પ્રત્યાયન

૮૧૮. વ્યકિતને હૂંફ, આશ્વાસન, વિશ્વાસ અને ખાતરીનો અનુભવ કરાવવા માટે અગત્યનું વાહક કર્યુ છે?

જવાબ : સ્પર્શ

૮૧૯. મનોવિજ્ઞાનોઓના મત મુજબ મુલાકાત વિશેના પચાસ ટકા નિર્ણયો ક્યારે લેવાઈ જાય છે?

જવાબ : પ્રથમ આઠ સેકંડમાં

૮૨૦. કોણ વ્યવસાયીક મનોવિજ્ઞાની હોય છે?

જવાબ : સલાહકાર, ચિકિત્સાલક્ષી મનોવિજ્ઞાની, શાખા મનોવિજ્ઞાની, કાર્યકર અધિકારી વગેરે.

૮૨૧. અસરકારક મનોવિજ્ઞાની પાસે કેવી અપેક્ષાઓ રાખવામાં આવે છે?

જવાબ : તેની પાસે પોતાના કાર્યનું ઊંચુ ધોરણ જાળવીને પોતાના પૂરા સામર્થ્ય થી કામ કરે એવી અપેક્ષા રાખવામાં આવે છે.

૮૨૨. મનોવિજ્ઞાનીએ વૈજ્ઞાનિક મિજાજ રાખવા કેવા રહેવું જોઈએ?

જવાબ : તેના કાર્ય અને વ્યવહારમાં પૂર્વગ્રહમુકત, પ્રમાણિક અને ન્યાયી રહેવું જોઈએ.

૮૨૩. પ્રાચીન સમયમાં લોકો કોની સલાહ લેતા હતા?

જવાબ : વડીલો, શાણા માણસો, ધર્મગુરૂ કે શિક્ષકોની સલાહ લેતા.

www.ingramcontent.com/pod-product-compliance
Lightning Source LLC
Chambersburg PA
CBHW050557280326
41933CB00011B/1883